സ്മൃതിപഥങ്ങൾ

വി.ടി. രാകേഷ്

തൃശ്ശൂർ ജില്ലയിലെ കൊടുങ്ങല്ലൂരിൽ (കോണത്തുക്കുന്ന്) ജനനം. അച്ഛൻ: അച്യുതാനന്ദ മേനോൻ. അമ്മ: രമ മേനോൻ. ഇരിഞ്ഞാലക്കുട ഡോൺബോസ്കോ സ്കൂൾ, ക്രൈസ്റ്റ് കോളേജ്, തൃശ്ശൂർ ഗവ. എൻജിനീയറിംഗ് കോളേജ് എന്നീ സ്ഥാപനങ്ങളിൽ വിദ്യാഭ്യാസം. പിന്നീട് ബറോഡ എം.എസ് സർവകലാശാലയിൽ നിന്നും മാർക്കറ്റിങ്ങിൽ ബിരുദാനന്തര ബിരുദം. ഇംഗ്ലീഷിൽ 'കാർപ്പാത്തിയൻ കാൻറോസ്' എന്ന കവിതാസമാഹാരവും, 'ദ തറോചെക്ക്', 'ഡെലിവറൻസ് ഓഫ് സർപ്പമേരു', 'സത്യമേവജയതേ' എന്നീ മൂന്ന് ഇംഗ്ലീഷ് ഫിക്ഷൻ നോവലുകളും എഴുതിയിട്ടുണ്ട്. കഴിഞ്ഞ ഒരു പതിറ്റാണ്ടായി ഗുജറാത്തിലെ സൂറത്തിൽ താമസം.

ഭാര്യ: നിഷ. മകൻ: ഋഷി

വിലാസം: 1001 C1, L&T Colony,
Magdalla, Surat - 395007
Ph: 9904077611
Email: vtrakesh@hotmail.com

കഥ

സ്മൃതിപഥങ്ങൾ

വി.ടി. രാകേഷ്

Gmotivation
an imprint of GREEN BOOKS

Gmotivation
an imprint of GREEN BOOKS

g-motivation
an imprint of green books private limited
gb building, civil lane road, ayyanthole,
thrissur- 680 003, kerala
ph: +91 487-2381066, 2381039
website: www.greenbooksindia.com
e-mail: info@greenbooksindia.com

malayalam
smrithipadhangal
story
by
v.t. rakesh

published february 2021

cover design : sajith peupa
illustrations : muhammed irshad mukkam

printed in india
Manipal Technologies Limited, Manipal

branches:
thrissur 0487-2422515
thiruvananthapuram 0471-2335301
calicut 0495 4854662

isbn : 978-93-90429-91-2

₹ 100.00
GMPL/1181/2021

സമർപ്പണം

പല അവസരങ്ങളിലും
ജീവിതനൗകയെ ആഴത്തിൽ തുഴയാൻ
പ്രചോദനം നൽകി വരുന്ന
എന്റെ ഏക പുത്രൻ ഋഷിക്ക്.

ആമുഖം

ആംഗലേയ ഭാഷയിൽ മൂന്ന് നോവലുകളും ഒരു പദ്യ സമാഹരണവും എഴുതി പ്രസിദ്ധീകരിച്ചതിനു ശേഷമാണ് ഒരു കാര്യം വ്യക്തമായത്. സഹൃദയബോധം കൂടുതലും കേരളക്കരയിൽ തന്നെ. പക്വതയാർന്ന നിരൂപണങ്ങളും ഏതു വിഷയവും അതർഹിക്കുന്ന പ്രാധാന്യം മാത്രം ഉൾക്കൊണ്ട് കൈകാര്യം ചെയ്യുവാനുള്ള മലയാളിയുടെ വിരുതും ലോകത്തിന് തന്നെ മാതൃകാപരമാണ്. അതുകൊണ്ടുതന്നെ, ഇനിയുള്ള എഴുത്ത് മലയാളത്തിൽ തന്നെ എന്ന് തീരുമാനിക്കുകയായിരുന്നു.

സ്വാഭാവികമായും, ഓർമ്മശകലങ്ങളിൽ നിന്ന് പൊടിതട്ടിയെടുത്തവയിൽ ചിലത് ചെറുകഥകളായി പരിണമിക്കുകയായിരുന്നു. ശാന്തസമുദ്രം പോലെ ആഴവും വ്യാപ്തിയുമുള്ള മലയാളസാഹിത്യത്തിന്, ഈ കൃതി ആന വായിൽ അമ്പഴങ്ങ പോലെയാണെന്നറിയാം. പക്ഷേ, സ്വന്തം മാതൃഭാഷയിൽ കുത്തിക്കുറിക്കുന്നതിന്റെ സുഖം ഈയുള്ളവന് പറഞ്ഞറിയിക്കുവാൻ സാധ്യമല്ല.

ഓർമ്മശകലങ്ങൾ എന്ന് സൂചിപ്പിച്ചതുകൊണ്ട്, കഥാപാത്രങ്ങൾ ജീവിച്ചിരിക്കുന്നവരോ മരിച്ചുപോയവരോ ആണെന്ന ധാരണവേണ്ട. അവരിൽ നിന്നും കുറച്ചൊക്കെ പ്രചോദനം ഉൾക്കൊണ്ടിട്ടുണ്ടാവാം എന്നതിലുപരി ആരുമായും കഥാപാത്രങ്ങൾക്ക് ഒരു ബന്ധവുമില്ല.

പുതിയ ഒരെഴുത്തുകാരനെ പരീക്ഷിക്കുന്ന വായനക്കാരനെയോർത്ത്, കഥകളെല്ലാം പറ്റുംവിധം ഹ്രസ്വമാക്കിയാണ് എഴുതിയിരിക്കുന്നത്.

വി.ടി. രാകേഷ്

കഥകൾ

പുഷ്പാഞ്ജലി

രാത്രി പത്തുമണി. ഏകദേശം അയാളോളം തന്നെ പ്രായമുള്ള ഘടികാരം പത്തു തവണ അടിച്ചു. ഉറങ്ങാനുള്ള നേരമായി എന്നുള്ള സൂചനയായിരുന്നു അത്. ഒരു ഞരക്കത്തോടെ മാത്രം പ്രവർത്തിച്ചിരുന്ന ഘടികാരം അയാളുടെ സ്വന്തം ശരീരത്തെക്കുറിച്ച് ഓർമ്മിപ്പിക്കുന്നതായിരുന്നു. ഘടികാരം മാത്രമല്ല, അയാളുടെ സന്ധികളോരോന്നും അയാളോട് പ്രായം വിളിച്ചോതിക്കൊണ്ടിരുന്നു.

ഉറക്കം വരാതെ തിരിഞ്ഞും മറിഞ്ഞും കിടന്ന അയാളെ ഓർമ്മകൾ ബാല്യത്തിലേക്ക് കൂട്ടിക്കൊണ്ടുപോയി. കർഷകരായ അച്ഛനും അമ്മയും വീട്ടിലെ ചാണകം നാറുന്ന തൊഴുത്തും വർഷത്തിൽ ചോർന്നൊലിക്കുന്ന ഓല മേഞ്ഞ വീടും. ദിവസം മുഴുവനും കാളകളെ പൂട്ടി വയലിൽ നിന്നു വരുന്ന അച്ഛന്റെ ശരീരത്തിൽ നിന്നും രാത്രി മുഴുവനും വമിച്ചിരുന്ന മണവും. കൊയ്ത്തുകാലത്ത് സ്കൂളിൽ പറഞ്ഞയയ്ക്കാതെ അമ്മയെ സഹായിക്കാൻ നിർബന്ധം പിടിച്ചിരുന്ന അച്ഛനും. പഠിക്കാനുള്ള തന്റെ സ്വപ്നങ്ങളെ തകിടം മറിച്ച അച്ഛനെ അയാൾക്ക് അന്നേ വെറുപ്പായിരുന്നു.

ദൂരെ കുന്നിൻപുറത്തുള്ള മണിമാളിക കുഞ്ഞുനാളിലേ അയാളെ ആകർഷിച്ചിരുന്നു. ലണ്ടനിൽ സ്ഥിരതാമസമാക്കിയ ഒരു ഡോക്ടറുടേതായിരുന്നു ആ മാളിക. അയാൾ നാട്ടിൽ വരുമ്പോഴുള്ള കാറും പത്രാസും വാല്യക്കാരുടെ ബഹളവും അയാളെ അത്രകണ്ട് ആകർഷിച്ചിരുന്നു. ഒരുനാൾ അതുപോലുള്ള ഒരു ബംഗ്ലാവും ഇംഗ്ലീഷ് പറയുന്ന ഭാര്യയും കൂടെ ഓടിനടക്കുന്ന കുറെ സിൽബന്തികളും എല്ലാം സ്വന്തമാക്കുന്നത് അയാൾ സ്വപ്നം കണ്ടിരുന്നു.

വർഷക്കാലത്ത് രാത്രി തവളകളുടെ നിർത്താതെയുള്ള കരച്ചിൽ, പ്രകൃതിസ്നേഹികളായ സഹകുടുംബാംഗങ്ങൾ ആസ്വദിച്ചപ്പോൾ, അയാൾക്ക് മാത്രം അത് അത്യധികം അരോചകമായി തോന്നിയിരുന്നു. വീടിനുള്ളിൽ ഇടയ്ക്കിടക്ക് പ്രത്യക്ഷപ്പെട്ടിരുന്ന ഇയ്യാംപാറ്റകളും എട്ടുകാലികളും പല്ലികളുമെല്ലാം അയാളോടുള്ള ഈർഷ്യ തീർക്കുവാനാണ്

വരുന്നതെന്ന് അയാൾ വിശ്വസിച്ചു. പച്ചപ്പാർന്ന പാടശേഖരങ്ങളും പ്ലാവുകളും തെങ്ങുകളും മാവുകളും നിറഞ്ഞ് തണലേകുന്ന പറമ്പുകളും ഉള്ള ആ ഗ്രാമത്തിന്റെ സ്വപ്നസുന്ദരമായ ഭൂമിയെ പോലും അയാൾ സ്നേഹിച്ചിരുന്നില്ല.

അടുത്തുള്ള കൊച്ചി നേവൽ വിമാനത്താവളത്തിൽ നിന്നുയരുന്ന ഓരോ വിമാനവും നോക്കി അയാൾ അയവിറക്കുമായിരുന്നു. വീടിനടുത്തുള്ള അഴീക്കോട് അഴിമുഖത്തിനടുത്തുകൂടെ പോകുന്ന ഓരോ വിദേശകപ്പലിനെ നോക്കിയും അയാൾ സ്വപ്നങ്ങൾ നെയ്തെടുത്തു. കൊച്ചി കാണാനിറങ്ങുന്ന ഓരോ വെള്ളക്കാരനെ നോക്കിയും അയാൾ മനസ്സിൽ ഉരുവിടും, ''ഞാൻ ഒരുനാൾ ഇവർക്കൊപ്പം ജീവിക്കും.''

കാലം കടന്നു പോയി. പ്രായത്തിന്റെ ചുളിവുകൾ തന്റെ അച്ഛന്റെ രൂപത്തെ വികൃതമാക്കുന്നത് അയാൾ ശ്രദ്ധിച്ചതേയില്ല. വർഷങ്ങളായുള്ള വീട്ടുജോലികളും കൃഷി നശിക്കുന്നതിലുള്ള വ്യഥകളും തന്റെ അമ്മയുടെ കൈകളെയും അതിലുപരി ശരീരത്തെയും ശോഷിപ്പിക്കുന്നതും അയാൾ ഗൗനിച്ചതേയില്ല. ജ്യേഷ്ഠന്റെ ഇംഗിതമറിഞ്ഞ്, പഠിക്കാൻ അതിസമർത്ഥനായ അനുജൻ പഠിത്തം വെടിഞ്ഞു സർവോപരി കൃഷിയിൽ വ്യാപൃതനായതും അയാൾ അറിഞ്ഞതായി ഭാവിച്ചില്ല.

ബിരുദം കഴിയാറായ അയാൾക്ക് പുരയിടം വിൽക്കുന്നതിലായി ശ്രദ്ധ. ബിരുദാനന്തരബിരുദത്തിന് വിദേശത്തേക്ക് പോകുവാനുള്ള പണം സ്വരൂപിക്കലായിരുന്നു ഉദ്ദേശ്യം. അച്ഛനും അമ്മയും സ്വതവേ സമാധാനപ്രിയനായ അനുജനും സമ്മതിക്കും വരെ അയാൾ കടും പിടുത്തം തുടരുവാൻ തീരുമാനിച്ചു. പക്ഷേ അയാളുടെ പ്രതീക്ഷകൾക്ക് കടകവിരുദ്ധമായി അനുജൻ അത് എതിർക്കുകയും തുടർന്നുണ്ടായ വാക്കേറ്റത്തിലും അതിലുപരി കൈയേറ്റത്തിലും മനംനൊന്ത് അനുജൻ നാട് വിട്ടുപോകുകയും ചെയ്തു.

മകന് വേണ്ടിയുള്ള കാത്തിരിപ്പ് നീളുംതോറും ആ അമ്മ ശോഷിച്ചു കൊണ്ടിരുന്നു. പൊടിപ്പും തൊങ്ങലും വെച്ച് നാട്ടുകാർ ഓരോ അഭ്യൂഹങ്ങൾ പറഞ്ഞു പരത്തിയപ്പോഴെല്ലാം അമ്മമനസ്സ് നൊന്തുകൊണ്ടിരുന്നു. ബോംബെയിൽ ഹാജി മസ്താന്റെ കൂടെയുണ്ടെന്ന് ചിലർ. അല്ല, വരാണസിയിൽ വെച്ച് കുംഭമേളയിൽ നാഗസന്ന്യാസിമാരുടെ ഇടയിൽ കണ്ടവരുണ്ടെന്ന് മറ്റു ചിലർ. ആ നാട്ടിൽ കുളത്തിലോ കിണറ്റിലോ ആറ്റിലോ കടലിലോ ഒരു ശവം പൊന്തിയിട്ടുണ്ട് എന്നറിഞ്ഞാൽ അമ്മയുടെ ആവലാതി പറഞ്ഞറിയിക്കുക സാധ്യമല്ലായിരുന്നു.

ഒരു കൊല്ലത്തെ കാത്തിരിപ്പിന് ശേഷം മകനെ തിരിച്ചുകിട്ടാത്ത മഹാവിഷമത്തിൽ അമ്മ എന്നേക്കുമായി യാത്രയായി. അമ്മയുടെ വിയോഗത്തിൽ ഒരു ജീവച്ഛവമായി തീർന്നിരുന്നു അച്ഛൻ. മൂകഭാഷിയായി, അടുക്കളക്കാര്യം മാത്രം ശ്രദ്ധിച്ച് കഴിഞ്ഞിരുന്ന അച്ഛന് കീഴിൽ

കൃഷിയെന്ന് വേണ്ട, കന്നുകാലികളും പറമ്പും എല്ലാം തന്നെ താറുമാറായി. സന്തോഷവും സമൃദ്ധിയും സമാധാനവും കളിയാടിയിരുന്ന ആ സദനത്തിൽ അവശേഷിച്ചിരുന്നത് അശാന്തിയും ദാരിദ്ര്യവും മൂകതയും മാത്രമായിരുന്നു.

''ഞാൻ എല്ലാം വിൽക്കാൻ ഏർപ്പാടാക്കിയിട്ടുണ്ട്, മൂന്നു നാലു ദിവസത്തിനകം തീറെഴുതാം എന്നാണ് വില്ലേജാപ്പീസർ പറഞ്ഞത്. നിനക്കാ സംഖ്യ മതിയാവുമായിരിക്കും അല്ലേ?''

അച്ഛന്റെ ആ ചോദ്യം ഹൃദയത്തിൽ കൊണ്ട ചാട്ടുളിപോലെ തോന്നി അയാൾക്ക്. അച്ഛൻ എവിടെ പോകും എന്നു ചോദിക്കണമെന്നുണ്ടായിരുന്നു. പക്ഷേ എന്തോ വാക്കുകൾ കുരുങ്ങിയതുപോലെ. അയാൾക്കറിയാം, അമ്മയുറങ്ങുന്ന സ്ഥലം വിട്ട് അച്ഛൻ എങ്ങോട്ടെങ്കിലും പോകുന്നുവെങ്കിൽ ആ പോക്ക് തിരിച്ചുവരവിനുള്ളതല്ല എന്ന്.

വില്ലേജാപ്പീസറെ കണ്ട് കച്ചവടം വേണ്ട എന്ന് പറഞ്ഞ കാര്യം അയാൾ അച്ഛനോട് പറഞ്ഞില്ല. കടം മേടിച്ച് വാങ്ങിയ രണ്ടു കാളകളെ കണ്ടപ്പോൾ തന്നെ അച്ഛൻ അത് മനസ്സിലാക്കിക്കാണും. അയാൾ ഊഹിച്ചു. കൃഷിയിൽ തന്റെ വെച്ചെടി വെച്ചുള്ള പുരോഗതി കണ്ടിട്ടും അച്ഛൻ അധികമൊന്നും മിണ്ടിയിരുന്നില്ല.

അടുത്തുള്ള ശിവക്ഷേത്രത്തിലെ ശാന്തിക്കാരനായ തിരുമേനി അയാളെ കാണുവാൻ ഇടയായത് യാദൃച്ഛികമായിരുന്നില്ല. ക്ഷേത്രത്തിൽ പണ്ടത്തെ വരുമാനമില്ല. ശാന്തിക്കാരൻ തിരുമേനിയുടെ മുഖവുര കേട്ടപ്പോൾ തന്നെ അയാൾ കീശയിൽ നിന്നൊരു നോട്ടുകെട്ട് എടുത്തു നീട്ടി. എന്നാൽ തിരുമേനി അത് സ്വീകരിക്കാതെ മറ്റൊരു കാര്യം പറയുകയാണ് ചെയ്തത്.

അനുജന്റെ തിരോധനത്തിനുശേഷം അമ്പലത്തിൽ നിത്യപുഷ്പാഞ്ജലി നടത്തുന്നതിന് വേണ്ടി അമ്മ തന്റെ ആഭരണങ്ങൾ ക്ഷേത്രത്തിലേക്ക് വരവ് വെച്ചിരുന്നു. അനുജൻ തിരിച്ചുവരുന്നതുവരെ അത് തുടരണമെന്നായിരുന്നു അമ്മയുടെ ആഗ്രഹം. ആഭരണങ്ങൾ കേവലം ഒരു വർഷത്തേക്കുള്ള ചിലവിനേ തികയുമായിരുന്നുള്ളൂ. അതിനു ശേഷം താൻ അത് അമ്പലച്ചിലവിൽ ഉൾപ്പെടുത്തി തുടർന്നു പോകുകയായിരുന്നു. പക്ഷേ ഇന്നിപ്പോൾ ക്ഷേത്രത്തിന്റെ അവസ്ഥ പരിതാപകരമാണ്. വരുമാനത്തിൽ നിന്ന് നിത്യവൃത്തിക്കുള്ള പണം തികയുന്നില്ല. പുതിയ തലമുറ ദൈവവിശ്വാസികളേയല്ല. അമ്പലങ്ങളെയും അനുഷ്ഠാനങ്ങളെയും തള്ളിപ്പറയുന്ന യുവജനങ്ങളാണ് ഏറെയും.

കുടിശ്ശിക തീർത്ത് അടുത്ത കുറച്ചു വർഷങ്ങൾക്കായുള്ള പണം തിരുമേനിക്ക് നല്കി തിരിച്ചു നടക്കുമ്പോഴും കുറ്റബോധത്തിന്റെ പുകമറ അയാളുടെ മനസ്സിൽ നിന്നും മാറിയിരുന്നില്ല. തിരിച്ചു പിടിക്കാൻ സാധിക്കുന്നതിലുപരി തന്റെ ബന്ധങ്ങൾ അകന്നുപോയെങ്കിലും

അനുജൻ തിരിച്ച് വരും എന്നുള്ള ശുഭപ്രതീക്ഷയിൽ അയാൾ കാളകൾക്ക് വൈക്കോൽ നൽകിക്കൊണ്ടിരുന്നു. കാലചക്രം അങ്ങനെ കടന്നുപൊയ്കൊണ്ടിരുന്നു.

മാറിയ രാഷ്ട്രീയ സാഹചര്യങ്ങളിൽ നാട്ടിൽ കൃഷി നടത്തുന്നത് അത്യധികം കഠിനമായി തീർന്നിരുന്നു. അച്ഛന്റെ ചിരകാലസ്വപ്നമായ തീർത്ഥാടനം താൻ തന്നെ നടത്തി അദ്ദേഹത്തിന്റെ ആത്മാവിന് ശാന്തി നേടികൊടുക്കുവാൻ അയാൾ കൃഷിഭൂമിയെല്ലാം വിറ്റുപെറുക്കി ഒരുനാൾ യാത്രയായി. ഭാരതമെന്ന പുണ്യഭൂമിയിലെ പുണ്യസ്ഥലങ്ങൾ എല്ലാം അയാൾ സന്ദർശിച്ചു. ഗോമുഖ് ഗുഹയിലേക്കുള്ള അത്യധികം ദുർഘടം പിടിച്ച വഴിയിൽ തനിക്ക് ഒരു രാത്രി തങ്ങാൻ ഇടമേകിയ ഒരു മലയാളി നാഗസന്ന്യാസി അയാളെ ആകർഷിച്ചു. തേജസ്സുറ്റുന്ന ആ സന്ന്യാസിയോട് അയാൾ ഒരടുത്ത ബന്ധുവിനോടെന്ന പോലെ തന്റെ ദുഃഖങ്ങൾ എല്ലാം തുറന്നു പറഞ്ഞു. പിറ്റേന്ന് ആ സന്ന്യാസിവര്യൻ തന്നെ അയാളെ ഗോമുഖിലുള്ള ഗംഗയുടെ ഉല്പത്തി സ്ഥാനത്തേക്ക് കൂട്ടിക്കൊണ്ടുപോയി. അവിടെ പ്രത്യേകം കെട്ടിയുണ്ടാക്കിയ കമ്പിവേലിക്കുള്ളിലുള്ള ഗംഗാജലത്തിൽ കുളിച്ച് അയാൾ മാതാവിനും പിതാവിനും ബലികൾ അർപ്പിച്ചു. അനുജനും ബലിയർപ്പിച്ചു കൊള്ളട്ടെ എന്നുള്ള അയാളുടെ ചോദ്യത്തിന്ന്, സന്ന്യാസിവര്യൻ ഒരു പുഞ്ചിരിയോടെ അരുത് എന്ന് പറഞ്ഞു വിലക്കി. വയസ്സിന് താഴെയായതുകൊണ്ടാണോ, അതോ മരിച്ചു എന്ന് ഉറപ്പില്ലാത്തതുകൊണ്ടാണോ അദ്ദേഹം വിലക്കിയത് എന്ന സംശയം ബാക്കി വെച്ചുകൊണ്ടു തന്നെ, സന്ന്യാസിവര്യൻ 'ഇനി ഒന്നുകൂടി മുങ്ങിക്കുളിച്ച് തോർത്തി കേറി വന്നുകൊള്ളുക' എന്ന നിർദ്ദേശം നൽകി തകൃതിയിൽ നടന്ന് അപ്രത്യക്ഷമായി.

ഭൂതകാല സ്മരണകൾക്കു ശേഷം നേരം വളരെ വൈകിയാണ് ഉറക്കം അയാളെ തഴുകിയത്. എങ്കിലും പുലർച്ചെയ്ക്കു മുൻപ് എഴുന്നേൽക്കുന്നത് വളരെ കാലമായുള്ള ശീലമായിരുന്നു. പിതാവിന്റെ മരണശേഷം ഒറ്റത്തടിയായുള്ള ജീവിതം അടുക്കും ചിട്ടയുമായി തന്നെ അയാൾ മുന്നോട്ട് കൊണ്ടുപോയിരുന്നു. അനുജന്റെ ഓർമ്മയെന്ന പോലെ അവനോളംതന്നെ പ്രായം വരുന്ന ആ ഘടികാരം അയാൾക്ക് മുന്നോട്ടുള്ള ജീവിതത്തിന്ന് പ്രചോദനമേകി. ഒപ്പം ക്ഷേത്രത്തിൽ ഒരിക്കലും പുഷ്പാഞ്ജലി മുടങ്ങരുതെന്നുള്ള നിബന്ധനയും. ▪

ഗുമസ്തൻ

അന്ന് ആപ്പീസിൽ പിടിപ്പത് പണിയായിരുന്നു. പിറ്റേന്ന് പ്രമാദമായ സ്വത്ത് തർക്കത്തിന്റെ അവസാന വാദമായിരുന്നു. കേസ് തോറ്റു എന്ന് വക്കീൽ ഏമാൻ ഏതാണ്ട് ഉറപ്പിച്ചതായിരുന്നു. കഴിഞ്ഞ ദിവസം അഭിമന്യുവധത്തിന്റെ പിറ്റേന്നുള്ള അർജ്ജുനനെ അനുസ്മരിപ്പിക്കുന്ന രീതിയിലായിരുന്നു പബ്ലിക് പ്രോസിക്യൂട്ടറുടെ കത്തിക്കയറ്റം. അതിനു മുന്നിൽ പിടിച്ച് നിൽക്കുവാൻ ഏമാൻ ഒരുമാതിരി വിയർത്തു. വിവശനായി നിൽക്കുന്ന ഏമാന്റെ മുന്നിൽ ആ പോയിന്റ് പറഞ്ഞപ്പോൾ വല്ലാത്ത വെപ്രാളമായിരുന്നു ഗുമസ്തൻ ഗോവിന്ദന്.

സ്വതവേയുള്ള ദുരഭിമാനവും മൂക്കിൻപുറത്തുള്ള ശുണ്ഠിയും ഏമാന്റെ മുഖത്തെ അത്യധികം പ്രക്ഷുബ്ധമാക്കിയിരുന്നു. പൂർണഗ്രഹണത്തിനു തൊട്ടുമുൻപുള്ള ചന്ദ്രനെ പോലെ വക്കീലിന്റെ മുഖം ചുവന്നു തുടുത്തിരുന്നു. മുങ്ങിത്താഴുന്നവന് കച്ചിത്തുരുമ്പ് എന്ന പോലെയായിരുന്നു അന്ന് തന്റെ ഗുമസ്തന്റെ അഭിപ്രായം മനസ്സില്ലാമനസ്സോടെയാണെങ്കിലും അയാൾ ചെവികൊണ്ടത്. എന്നാലോ, പബ്ലിക് പ്രോസിക്യൂട്ടർക്ക് അതൊരു ഇടിത്തീയായി ഭവിക്കുകയാണുണ്ടായത്. ഇരുപത് കൊല്ലത്തെ തന്റെ സർവ്വീസിനിടയിൽ ആദ്യമായി വക്കീലദ്ദേഹം തന്നെ അഭിമാനത്തോടെ നോക്കുന്നതു കണ്ട് ജീവിതം ധന്യമായതായി ഗോവിന്ദന് അനുഭവപ്പെട്ടു.

പട്ടണത്തിന്റെ ഹൃദയഭാഗത്ത് സ്ഥിതി ചെയ്തിരുന്ന ഒരു കെട്ടിടത്തെ ചൊല്ലിയായിരുന്നു തർക്കം. വളരെ കാലം മുമ്പാണ് പേര് കേട്ട ഒരു തറവാട്ടുകാർ തങ്ങളുടെ സ്ഥലം തപാലാപ്പീസിനായി വാടകയ്ക്ക് കൊടുത്തത്. സ്വാതന്ത്ര്യസമരത്തോടും അതിലുപരി മഹാത്മജിയോടും ചാച്ചാജിയോടുമുള്ള മമത മൂലമായിരുന്നു അവർ തുച്ഛമായ പ്രതിഫലത്തിനാണെങ്കിലും അന്ന് വാടകയ്ക്ക് നല്കിയത്. എന്നാൽ കാലം കടന്ന് പോകുകയും പിന്നീടുള്ള തലമുറകളിൽ രാജ്യഭക്തിയും രാഷ്ട്രനിർമ്മാതാക്കളിൽ ഉള്ള വിശ്വാസവും കുറഞ്ഞു വന്നു.

ഗൾഫ് പണത്തിന്റെ കുത്തൊഴുക്കിൽ മാറി മറിഞ്ഞ കേരളം, പടിപടിയായി സാമൂഹികജീവിതത്തിന്റെ ശ്രേണികൾ ഒന്നൊന്നായി കീഴടക്കി ലോകത്തിന് മാതൃകയായപ്പോൾ, ഈ കൊച്ചു പട്ടണവും അതിനൊത്ത്

മാറിയിരുന്നു. പ്രസിദ്ധമായ കാളിക്ഷേത്രവും അതിനു ചുറ്റുമുള്ള വ്യാപാരസമുച്ചയങ്ങളും മാത്രമായിരുന്ന ആ പട്ടണം ഇന്ന് വൻമാളുകളും ഹോട്ടലുകളും അതിലുപരി റിയൽ എസ്റ്റേറ്റ് കച്ചവടങ്ങളുടെ സിരാകേന്ദ്രവുമായി തീർന്നിരുന്നു. അടുത്തയിടെ പണിതീർന്ന കുറേയേറെ പാലങ്ങൾ, കൊച്ചി നഗരത്തെ വെറും ഒരു മണിക്കൂർ ദൂരെ മാത്രം ആക്കി ത്തീർത്തത് ഇതിനൊക്കെ ആക്കം കൂട്ടി. വിമാനമിറങ്ങി വന്ന കുഴൽപ്പണം റിയൽ എസ്റ്റേറ്റ് കച്ചവടത്തെ വാനോളം ഉയർത്തി.

ആയിടയ്ക്കാണ് പുതിയ തലമുറയിൽപ്പെട്ട കുറച്ചു പേർക്ക് ഈ തപാൽ ആപ്പീസ് ഓർമ്മ വന്നത്. അതിന്റെ വാടക അവസാനിപ്പിച്ച് വിൽപ്പനയ്ക്കുള്ള കാര്യങ്ങൾ നടത്തുന്നതിന് വേണ്ടിയാണ് സ്ഥലത്തെ പ്രധാന സിവിൽ അഭിഭാഷകനായ കുറുപ്പിന്റെ അടുക്കൽ അവർ വന്നെത്തിയത്. പക്ഷേ ഒരു ചടങ്ങ് മാത്രം എന്നു കരുതിയിരുന്ന ആ പ്രവൃത്തി വലിയൊരു വിവാദത്തിലേക്കും പിന്നീടൊരു കേസിലേക്കും വഴിമാറുകയായിരുന്നു. തപാൽ ആപ്പീസ് ഇരിക്കുന്ന ആ സ്ഥലം ക്ഷേത്രങ്ങൾ ദേവസ്വം ഏറ്റെടുത്തപ്പോൾ ക്ഷേത്രസ്വത്തായി കണക്കിലെടുത്ത് ദേവസ്വം വക ഭൂമിയായി തീർന്നിരുന്നു.

ബ്രിട്ടീഷുകാർ ഭരിക്കുന്ന കാലത്ത് ക്ഷേത്രത്തിനും അതിനനുബന്ധമായ ഭൂമിക്കും അവർ കോവിലകത്തെ തമ്പുരാനെ (കൊച്ചി രാജവംശം) തന്നെയായിരുന്നു അവകാശിയാക്കിയിരുന്നത്. അനന്തരാവകാശിയായ മറ്റൊരു തമ്പുരാൻ തപാൽ ആപ്പീസ് ഇരിക്കുന്ന ഭൂമി ബന്ധുവായ ഒരു നമ്പൂതിരിക്ക് കൈമാറുകയും പിന്നീട് നമ്പൂതിരിയുടെ പിൻതലമുറക്കാരൻ അത് തനിക്ക് സംബന്ധം ഉണ്ടായിരുന്ന ഒരു നായർ യുവതിക്ക് സമ്മാനിക്കുകയുമായിരുന്നു. ഈ നായർ യുവതിയുടെയായിരുന്നു ഇപ്പോഴത്തെ അവകാശികൾ എന്ന് സമർത്ഥിച്ചിരുന്ന ആ തറവാട്ടുകാർ.

ദേവസ്വത്തിന്റെ വാദം, ക്ഷേത്രവും ക്ഷേത്രഭൂമിയും രാജാവിന്റെയോ തമ്പുരാന്റെയോ സ്വകാര്യസ്വത്തായിരുന്നില്ലെന്നും ഹിന്ദു വിശ്വാസങ്ങൾ മുന്നോട്ട് കൊണ്ടുപോകുവാൻ വേണ്ടി ബ്രിട്ടീഷുകാർ നൽകിയിരുന്ന അവകാശം മാത്രമായിരുന്നെന്നും ആയിരുന്നു. അവകാശങ്ങൾ കൈമാറാനുള്ളതല്ലെന്നും അത് തിരികെ ഭരണാധികാരികൾക്ക് ഏൽപ്പിക്കുക മാത്രമാണ് അവർക്ക് അത് വിട്ടൊഴിയണമെങ്കിൽ മാർഗമുണ്ടായിരുന്നതെന്നും ദേവസ്വം കോടതിയിൽ വാദിച്ചു.

കുറുപ്പ് വക്കീൽ വാദിച്ചത്, 1947 ആഗസ്റ്റ് 15ന് എന്താണോ സ്ഥിതി അത് തുടരണം എന്നായിരുന്നു. എന്നാൽ പബ്ലിക് പ്രോസിക്യൂട്ടർ അത് നിഷ്പ്രയാസം പൊളിച്ചെടുത്തു. അങ്ങനെയെങ്കിൽ തിരുവനന്തപുരം നഗരത്തിന്റെ പകുതിയും രാജവംശത്തിനെ തിരിച്ച് ഏൽപ്പിക്കേണ്ടതായി വരുമല്ലോ എന്ന ചോദ്യത്തിന് കുറുപ്പിന് മറുപടിയുണ്ടായിരുന്നില്ല. ബ്രിട്ടീഷുകാർ പോയത് 1950 ജനുവരി 26ന് ജന്മം കൊണ്ട ഇന്ത്യൻ ഭരണഘടനയെ രാജ്യമേൽപ്പിച്ചാണ്, അല്ലാതെ പണ്ടുകാലത്തെ രാജാക്കളെയല്ല. പ്രോസിക്യൂട്ടർ കത്തിക്കാളുകയായിരുന്നു.

യുദ്ധക്കളത്തിൽ ആയുധം നഷ്ടമായ വില്ലാളിയെ പോലെ നിന്നിരുന്ന ഏമാന്റെ ചെവിയിൽ അപ്പോഴാണ് ഗോവിന്ദൻ അതോതിയത്. 1971 വരെ ഇന്ത്യയിൽ നിലനിന്നിരുന്ന പ്രൈവി പഴ്സ് എന്ന സമ്പ്രദായത്തെക്കുറിച്ചാണ് അയാൾ പറഞ്ഞത്. അതായത് രാജാക്കളുടെ അവകാശങ്ങൾക്ക് സ്വാതന്ത്രലബ്ധിക്ക് ശേഷം സർക്കാർ വില നൽകിയിരുന്നു എന്നതിന്റെ തെളിവ്. ആ ഒരു വാദം കോടതിയെ കൂടുതൽ ചിന്തിപ്പിക്കുവാൻ കാരണമായി. ഒടുവിൽ 1947 ആഗസ്റ്റ് 15നു മുമ്പ് തീർപ്പാക്കിയിട്ടുള്ള വിൽപനകളെ ചോദ്യം ചെയ്യാൻ കോടതിക്കോ സർക്കാരിനോ അധികാരമില്ലെന്നും അതിനാൽ തപാൽ ആപ്പീസ് ഇരിക്കുന്ന പറമ്പും കെട്ടിടവും പഴയ അവകാശികളായ നായർ തറവാട്ടുകാർക്ക് വിട്ടുനൽകാൻ കോടതി ഉത്തരവായി.

കോടികൾ വിലമതിക്കുന്ന ആ സ്വത്തുക്കൾ വിറ്റു കിട്ടിയ പണത്തിന്റെ നല്ലൊരു വിഹിതം ആ വീട്ടുകാർ കുറുപ്പ് വക്കീലിന് പാരിതോഷികമായി നല്കി. ഇന്നേവരെ അയാൾക്ക് ലഭിച്ചിട്ടില്ലാത്ത അത്രയും പ്രതിഫലം. എന്നാൽ അതിൽ ഒരു നയാപൈസ പോലും അയാൾ തന്റെ വിജയത്തിന് ഹേതുവായ ഗുമസ്തന് നൽകിയില്ല.

നടന്നു നടന്ന് അയാൾ തളർന്ന് പോയിരുന്നു. വക്കീൽ ആപ്പീസിൽ നിന്നും വീട്ടിലേക്ക് സുമാർ അഞ്ച് കിലോമീറ്റർ ദൂരം ഉണ്ടായിരുന്നു. ദിവസവും നടക്കുന്ന വഴി തന്നെ. പക്ഷേ അന്നാദ്യമായി അയാൾക്ക് എന്തെന്നില്ലാത്ത ക്ഷീണം തോന്നി. വീട്ടിലേക്കുള്ള വഴിയിലാണ് സരസ്വതി മേന്റത്തിന്റെ (മാഡം എന്നതിന് മേന്റം എന്നാണ് പഴമക്കാർ വിളിച്ചിരുന്നത്) വീട്. എന്നത്തെ പോലെ അന്നും മേന്റത്തിന്റെ രണ്ട് കൊച്ചുമക്കൾ ഒരു പുതിയ കളി കളിക്കുന്നുണ്ടായിരുന്നു. ഇംഗ്ലീഷിലാണ് ആ കളിയിൽ അവർ ഇടയ്ക്കിടെ വിളിച്ച് കൂവാറുണ്ടായിരുന്നത്. കിറുക്ക് എന്നോ മറ്റോ ആണ് അവർ കളിയെ വിളിച്ചിരുന്നത്. കൂട്ടത്തിൽ മൂത്തവൻ എന്ന് തോന്നിച്ചിരുന്ന കണ്ണട വെച്ചവനായിരുന്നു പടിക്കരികൽ നിന്ന് കളിച്ചിരുന്നത്. അവനോട് കുറച്ച് വെള്ളം വേണം എന്നു പറയേണ്ട താമസം, അവൻ ദൂരെ നിന്ന് പന്തെറിയാൻ ഓടി വന്നിരുന്ന അനുജനെ വിലക്കി. തൊലി വെളുത്ത് പല്ലുന്തിയ അനുജനെ അവൻ അപ്പോൾ തന്നെ വെള്ളമെടുക്കുവാൻ ഓടിച്ചു.

അയാളുടെ പേര് അവൻ വീട്ടിൽ പറഞ്ഞിട്ടുണ്ടാവണം, മേന്റമാണ് വെള്ളവും കൊണ്ട് വന്നത്. വെറും വെള്ളമല്ല, നല്ല പച്ചമുളക് അരിഞ്ഞിട്ട സംഭാരം. ''കേറി വരൂ ഗോവിന്ദൻ നായരേ, എത്രകാലമായി ഇങ്ങോട്ടോക്കെ വന്നിട്ട്.'' മേന്റം സ്നേഹത്തോടെ വിളിച്ചു. മേന്റത്തിന്റെ ഭർത്താവും പേരുകേട്ട സാഹിത്യകാരനുമായ നാരായണമേനോനും അകത്തു നിന്നും കൈവീശി വിളിക്കുന്നുണ്ടായിരുന്നു. രസികനായ അദ്ദേഹത്തോട് സംസാരിച്ചിരുന്നാൽ നേരം പോകുന്നതറിയില്ല. അതറിയാവുന്നത് കൊണ്ടുതന്നെ അയാൾ 'പിന്നീടൊരിക്കൽ' എന്ന് പറഞ്ഞുകൊണ്ടു തിരിഞ്ഞു നടന്നു. അതുതന്നെയല്ല, തങ്ങളുടെ കളി മുടങ്ങിയ

സന്ദേഹം പല്ലുന്തിയ ചെറുക്കന്റെ മുഖത്ത് അയാൾ സ്പഷ്ടമായി കണ്ടിരുന്നു.

വാതത്തിന്റെ വിഷമം മൂലം വലതുകാൽ ചെറുതായി വലിച്ചു വെച്ചാണ് അയാൾ നടന്നിരുന്നത്. അതുകൊണ്ടുതന്നെ അയാൾ ആടിയുലഞ്ഞു നടക്കുകയാണെന്നെ ആളുകൾക്ക് തോന്നൂ. ചില്ലറ പരിഹാസമൊന്നുമല്ല അതുകൊണ്ട് അയാൾക്ക് നേരിടേണ്ടി വന്നിട്ടുള്ളത്. ആപ്പീസിൽ നിന്നും കള്ള് കുടിച്ചിട്ടാണോ അയാൾ വന്നിരുന്നതെന്നു വരെ ആളുകൾ ഈർഷ്യ പറയാറുണ്ടായിരുന്നു.

എന്നാൽ ഒരേയൊരു മകളുടെ മംഗല്യം നടന്ന് കാണുവാനുള്ള എതൊരച്ഛന്റേയും ആഗ്രഹം അയാളെ മുന്നോട്ട് നയിച്ചുകൊണ്ടിരുന്നു. നിത്യേന അങ്ങോട്ടും ഇങ്ങോട്ടുമുള്ള അഞ്ച് കിലോമീറ്റർ നടത്തം മേടച്ചൂടിൽ പോലും അയാളെ തളർത്തിയിരുന്നില്ല. ഓരോ ദിവസത്തെയും ആയാസം, തിരിച്ച് വീട്ടിൽ വന്നുകയറുമ്പോൾ ഭാര്യയുടെയും മകളുടെയും സന്തോഷമുള്ള മുഖം ദർശിക്കുന്ന ക്ഷണം, അയാൾ മറന്നിരിക്കും.

എന്നാൽ, മേന്റത്തിന്റെ കൈയിൽ നിന്നും കുടിച്ച സംഭാരത്തിനും അന്നയാളുടെ ക്ഷീണം മാറ്റുവാൻ സാധിച്ചില്ല. എത്ര നടന്നിട്ടും വീടെത്താത്ത പ്രതീതി. കണ്ണുകൾ പിടിക്കുന്നില്ല. കാലുകൾ ഇടറിയാണോ താൻ നടക്കുന്നത്, അയാൾക്ക് സംശയം തോന്നി. താൻ വീണുപോയി എന്നയാൾ ഉറപ്പിച്ചതായിരുന്നു. പക്ഷേ രണ്ടു ബലിഷ്ഠമായ കരങ്ങൾ തന്നെ ചേർത്തുയർത്തി പിടിച്ചിരിക്കുന്നു. അധികം വഴങ്ങാത്ത കണ്ണുകളുയർത്തി അയാൾ നോക്കി.

സഹോദരിയുടെ മകൻ ദുബായിലുള്ള കാര്യം അറിയാമെങ്കിലും അയാൾ അവനെ കണ്ടിട്ട് കുറെ വർഷങ്ങൾ കഴിഞ്ഞിരുന്നു. എന്നാലും ഒറ്റനോട്ടത്തിൽ അയാൾക്കവനെ തിരിച്ചറിയാൻ സാധിച്ചു. അനുജത്തിയുടെ അതേ ഛായ. അവളും താനും കൃഷ്ണനും കുചേലനും പോലെയാണ് ഇന്ന്. അയാൾ ചിന്തിച്ചു. കല്യാണത്തിനു ശേഷം വെച്ചടിവെച്ചടി കയറ്റമായിരുന്നു അവൾക്ക്. ദുബായിയുടെ മാസ്മര ലോകത്ത് മുങ്ങിപ്പോയ അവൾ, നിത്യവൃത്തിക്ക് യത്നിക്കുന്ന ജ്യേഷ്ഠനെയും കുടുംബത്തെയും ഒരു ബാദ്ധ്യത പോലെയാണ് കണ്ടത്. അതുകൊണ്ടുതന്നെ അവൾ ഒരകലം വെച്ചാണ് പെരുമാറിയിരുന്നത്. അഭിമാനിയായ ജ്യേഷ്ഠനും അത് മനസ്സിലാക്കി അവളോട് അകലം പാലിച്ചിരുന്നു.

അങ്ങനെയുള്ള സഹോദരിയുടെ മകൻ ഈയൊരു സാഹചര്യത്തിൽ, അയാൾ എങ്ങനെ പ്രതികരിക്കണം എന്നറിയാതെ പരുങ്ങി. വീണ്ടും അയാൾക്ക് തല ചുറ്റുന്നതുപോലെ അനുഭവപ്പെട്ടു. 'എന്റെ മകൾ' വളരെ പണിപ്പെട്ടാണ് അയാളുടെ വാക്കുകൾ പുറത്തുവന്നത്. കേൾക്കുവാൻ ഏറെ കൊതിച്ചിരുന്ന അനന്തരവന്റെ മറുപടി അയാൾ കേട്ടോ എന്നറിയില്ല. അയാളുടെ ശ്വാസം നിലച്ചിരുന്നു. ■

മണിയോർഡർ

പോസ്റ്റ്! മാസത്തിലൊരിക്കൽ മാത്രം കേട്ടിരുന്ന ആ വിളി കേൾക്കുമ്പോൾ ത്യാഗരാജകീർത്തനത്തേക്കാൾ മാധുര്യം അനുഭവപ്പെട്ടിരുന്നു അയാൾക്ക്. അരുമമകൾ ഒരു തവണ പോലും തെറ്റിക്കാതെ അച്ഛന് അയച്ചു കൊടുത്തിരുന്ന മണിയോർഡർ.

മകളെക്കുറിച്ച് ആലോചിക്കുമ്പോൾ തന്നെ അയാൾ അഭിമാന പുളകിതനാവുമായിരുന്നു. അവളെക്കുറിച്ച് സംസാരിക്കുന്ന അവസരത്തിലെല്ലാംതന്നെ അയാൾക്ക് ആയിരം നാവായിരുന്നു.

ഭാരതത്തിൽ അന്ന് സ്ത്രീകൾ അടുക്കളക്കപ്പുറത്തേക്ക് പോലും കാലുവെക്കാത്ത കാലം. തിരുവിതാംകൂർ കൊച്ചി രാജാക്കന്മാരുടെ പുരോഗമനപരമായ തീരുമാനങ്ങൾ ഭാരതത്തിലെ മറ്റൊരു പ്രവിശ്യക്കാർക്കും അന്ന് ആലോചിക്കുക കൂടി വയ്യ. സ്ത്രീകളുടെ വിദ്യാഭ്യാസം ആയാലും കുട്ടികൾക്കുള്ള പ്രതിരോധകുത്തിവെയ്പായാലും മലയാള മണ്ണ് അന്നും മറ്റുള്ളവരെക്കാൾ ബഹുദൂരം മുന്നിൽ തന്നെയായിരുന്നു. ആവിധ പുരോഗമന പ്രവൃത്തികൾക്ക് ആക്കം കൂട്ടുന്നവർ തന്നെയായിരുന്നു പിന്നീട് ഭരിച്ച കമ്മ്യൂണിസ്റ്റുകാരും കോൺഗ്രസ്സുകാരും.

മക്കളെ ഒരു ഡോക്ടർ അല്ലെങ്കിൽ എൻജിനീയർ ആക്കുക എന്ന സാധാരണക്കാരനായ മലയാളിയുടെ സ്വപ്നം. ധനസംബന്ധമായ പരിമിതികൾ മൂലം ഒട്ടുമിക്ക പേരും ഈ സ്വപ്നം ആൺമക്കളിലേക്ക് മാത്രമായി ചുരുക്കുകയാണ് പതിവ്.

രാമായണത്തിൽ കൈകേയി ദശരഥന്റെ ഇഷ്ടപത്നി ആയതിന് പിന്നിൽ ഒരു കഥയുണ്ട്. യുദ്ധത്തിൽ വ്യാപൃതനായിരുന്ന അദ്ദേഹത്തിന്റെ രഥത്തിന്റെ ആണി ഊരിത്തെറിച്ചുപോവുകയും അത് കണ്ട കൈകേയി സ്വന്തം വിരൽ ആ ആണിയുടെ സുഷിരത്തിൽ നിക്ഷേപിക്കുകയും അതുവഴി നിശ്ചയമായി തീർന്നിരുന്ന യുദ്ധപരാജയത്തിൽ നിന്നും അദ്ദേഹത്തെ രക്ഷിക്കുകയും ചെയ്തു. ഇതിനാലാണത്രേ ഇഷ്ടവരം എപ്പോൾ വേണമെങ്കിലും ആവശ്യപ്പെടുവാനുള്ള അനുമതി കൊടുക്കുകയും അത് നിമിത്തം പിന്നീട് ശ്രീരാമന് വനവാസം വിധിക്കുകയും ചെയ്തത്.

ഒരിക്കൽ അയാൾ തന്റെ മൂന്ന് മക്കളെയും കൂട്ടി നെൽപാടങ്ങൾക്കു നടുവിലൂടെയുള്ള വരമ്പുകൾ താണ്ടി വീട്ടിലേക്ക് നടന്നുവരുകയായിരുന്നു. കൂടൽമാണിക്യം ക്ഷേത്രത്തിലെ ഉത്സവം ആനകളുടെ എണ്ണം കൊണ്ടുതന്നെ കുട്ടികൾക്ക് പ്രിയപ്പെട്ടതായിരുന്നു. പക്ഷേ മേടമാസത്തിലെ ചൂട് മാത്രം അതിന്റെ മോടി ഒരല്പം കുറച്ചു. ചൂടിന്റെ ആലസ്യത്തിലാണെന്ന് തോന്നുന്നു, വലിയതോടിന് കുറുകെയുള്ള തെങ്ങിൻ തടി മുറിച്ച് കടക്കവെ അയാൾ അടിതെറ്റി തോട്ടിൽ പതിച്ചു. ഉണങ്ങി വരണ്ട തോട്ടിൽ യഥേഷ്ടം പരന്നുകിടന്നിരുന്ന വെള്ളാരംകല്ലുകളിലൊന്ന് അയാളുടെ ചെന്നിയെ ഭേദിച്ചു. രക്തം ധാരധാരയായി ഒഴുകി. രക്തം കണ്ട മാത്രയിൽ പേടിത്തൊണ്ടനായ മൂത്തമകൻ അമ്മയെതേടി വീട്ടിലേക്കോടി. രണ്ടാമത്തവൻ മൂത്തവന്റെ വാലായി പിന്നാലെയും.

തന്റെ പ്രായത്തെ വെല്ലുന്ന പക്വത പ്രദർശിപ്പിച്ചുകൊണ്ട് മകൾ മാത്രമാണ് അന്ന് അയാൾക്ക് രക്ഷയായത്. തന്റെ അടിപ്പാവാടയൂരി അവൾ അച്ഛന്റെ തലയിൽ കെട്ടുകയും കുറച്ചകലെ പറമ്പിൽ ആടുകളെ മേച്ചിരുന്ന ഇറച്ചിവെട്ടുകാരൻ അഹമ്മദിനെ കൈകൊട്ടി മാടി വിളിക്കുകയും ചെയ്തു. അഹമ്മദും കൂടെ ബീവിയായ കൊച്ചാമിനയും ഓടിവരികയും അയാളെ പൊക്കിയെടുത്ത് അവരുടെ വീട്ടിൽ ശുശ്രൂഷിക്കുകയും ചെയ്തതുകൊണ്ട് അയാൾ അന്ന് രക്തം വാർന്ന് മരിച്ചില്ല. വൈദ്യ കൂടിയായ കൊച്ചാമിന കെട്ടിവച്ച പച്ചമരുന്ന് അയാളുടെ മുറിവുകൾ പെട്ടെന്നുതന്നെ കരിച്ചുകളഞ്ഞു. പക്ഷേ രണ്ട് ആൺമക്കളോടുമുള്ള അയാളുടെ അവജ്ഞ കരിച്ചുകളയുവാൻ ഒരു പച്ചമരുന്നിനുമായില്ല.

അതുകൊണ്ടുതന്നെ, വളർന്നു വരുന്ന ആൺമക്കളുടെ രണ്ടു പേരുടെയും ഉയർന്ന വിദ്യാഭ്യാസത്തിന് അയാൾ വലിയ പ്രാധാന്യമൊന്നും നൽകിയില്ല. മലയാളിയുടെ ചിരകാലഭിലാഷമായ ഗൾഫിൽ പോക്കിനെ ചുറ്റിപ്പറ്റിയാണ് അയാൾ ആൺമക്കളുടെ സ്വപ്നങ്ങൾ വളർത്തിയെടുത്തത്. അതുകൊണ്ടുതന്നെ ഒരാളെ പോളിടെക്നിക്കിലും മറ്റൊരുവനെ ലാബ് ടെക്നീഷ്യൻ ആയും പഠിപ്പിച്ച് അയാൾ കാമ തീർത്തു. അങ്ങനെ തന്റെ എല്ലാവിധ സ്വത്തുക്കളും അയാൾ പൊന്നുമകളുടെ പഠിപ്പിനായി വളരെ വിദഗ്ദ്ധമായി തന്നെ മാറ്റിവെച്ചു.

പോസ്റ്റ്! പിന്നേയും ആ വിളി കേട്ടപ്പോളാണ് അയാൾ മകളെക്കുറിച്ചുള്ള ചിന്തകളിൽ നിന്ന് ഉണർന്നത്. അപ്പോഴേക്കും സഹധർമ്മിണി പതിവുള്ള സംഭാരവുമായി ഉമ്മറത്തേക്ക് വന്നു കഴിഞ്ഞിരുന്നു. അതു കണ്ടതും അയാൾ ഓടുകയായിരുന്നു. തന്റെ മകളുടെതായ എന്തും തനിക്ക് മാത്രം അവകാശപ്പെട്ടതാണെന്ന ഒരു നിർബന്ധം അയാൾക്കുണ്ടായിരുന്നു. ഭാര്യയ്ക്ക് പോസ്റ്റ്മാന്റെ അടുത്തെത്താൻ കഴിയും മുമ്പ് സ്വയം എത്തുക എന്നതായിരുന്നു ഉദ്ദേശ്യം.

നൂറിന്റെ പത്തൊൻപത് നോട്ടുകളും അഞ്ച് ഇരുപതിന്റെ നോട്ടുകളും എണ്ണി ഏൽപ്പിച്ചതിന് ശേഷം പോസ്റ്റ്മാൻ മുരുകൻ സംഭാരം

കുടിച്ചു. അത് പതിവാണ്. വേറൊരു പതിവും കൂടിയുണ്ടായിരുന്നു. അതും കാംക്ഷിച്ച് മുരുകൻ തല ചൊറിഞ്ഞുകൊണ്ട് നിൽപ്പായി. അന്നാട്ടിൽ പിശുക്കിന് പേരുകേട്ട അയാളുടെ കൈയിൽ നിന്നും ഇരുപത് രൂപ 'ചായക്കാശ്' വാങ്ങിയെടുക്കുക എന്നത് മുരുകന് ഒരു വാശിയൊന്നുമായിരുന്നില്ല. അത് അയാളുടെ നിസ്സഹായവസ്ഥയുടെ ഒരു പ്രതിഫലനം മാത്രമായിരുന്നു.

രാജ്യത്ത് പ്രതിഫലം ഏറ്റവും കുറഞ്ഞ ജോലികളിൽ ഒന്നുതന്നെയായിരുന്നു പോസ്റ്റ്മാൻ പണി. മറ്റുള്ളവർക്ക് മണിയോർഡർ പണമായും ശുഭവാർത്ത വഹിച്ചുള്ള ടെലെഗ്രാം ആയും പ്രണയം പേറിവരുന്ന ഏറോഗ്രാം എഴുത്തുകളായും വിശേഷങ്ങൾ പങ്കുവെച്ചിരുന്ന ഇൻലന്റ് ലെറ്ററുകൾ ആയും സന്തോഷവും ആഹ്ലാദവും പകുത്ത് നല്കിയിരുന്ന പോസ്റ്റ്മാൻ. പലപ്പോഴും, മറ്റുള്ളവരുടെ സന്തോഷത്തിൽ ഭാഗഭാക്കാകുവാൻ, ഉള്ളിലുള്ള വ്യഥകൾ കടിച്ചമർത്തി വദനത്തിൽ ചിരി പടർത്തുന്ന നിമിഷങ്ങൾ. ആ സന്തോഷത്തിൽ പങ്കുചേരുന്നതിന് ലഭിച്ചിരുന്ന പത്തോ ഇരുപതോ രൂപനോട്ടുകളും.

പക്ഷേ ജീവിക്കുവാൻ വേണ്ടി കെട്ടുന്ന ഈ പൊയ്മുഖങ്ങളേക്കാൾ വേദനാജനകമായിരുന്നു, ദുഃഖവാർത്തകൾ പേറിയുള്ള കത്തുകളും കമ്പികളും നൽകുവാനിടവരുമ്പോഴുള്ള നിമിഷങ്ങൾ. ചിലർക്കാണെങ്കിൽ മരണവാർത്തകൾ കൊണ്ടുചെല്ലുന്ന വ്യക്തിയോട് തീരാവെറുപ്പാവും. പോസ്റ്റ്മാൻ അയാളുടെ ദൗത്യം മാത്രമാണ് നിർവഹിക്കുന്നതെന്നും അല്ലാതെ ദുഃഖവാർത്തകൾ എത്തിക്കുന്ന ഒരപശകുനമൊന്നുമല്ല എന്നുമുള്ള തിരിച്ചറിവ് പക്ഷേ വളരെ കുറച്ചുപേർക്കേ ഉണ്ടായിരുന്നുള്ളൂ. ഇരുപത് രൂപ വാങ്ങിയെടുക്കുവാൻ അന്ന് അയാളുടെ മുന്നിൽ ഒരു സങ്കോചവും ഇല്ലാതെ തല ചൊറിഞ്ഞുനിൽക്കുവാൻ മുരുകനെ പ്രാപ്തനാക്കിയത്, ആ കുറച്ച് പേരിൽ അയാൾ ഉൾപ്പെട്ടിരുന്നു എന്ന തിരിച്ചറിവാണ്.

അത് സംഭവിച്ചത് സുമാർ രണ്ട് വർഷം മുമ്പാണ്. വളരെ ഉയർന്ന രീതിയിൽ മെഡിക്കൽ വിദ്യാഭ്യാസം പൂർത്തിയാക്കിയ മകൾ, ലോകാരോഗ്യ സംഘടനയിൽ ചേർന്നപ്പോൾ അയാൾക്ക് തോന്നി, ലോകത്തിലേക്കേറ്റവും ഭാഗ്യവാനായ പിതാവാണ് താനെന്ന്. സംഘടനയുടെ തലസ്ഥാന നഗരമായ ജനീവയിൽ, സ്വിറ്റ്സർലണ്ടിന്റെ പ്രകൃതി രമണീയതയിൽ, ഒരു കൊല്ലത്തെ പരിശീലനം പൂർത്തിയാക്കി മകൾ ആദ്യത്തെ നിയമനവുമായി എത്തിപ്പെട്ടത് കൊളംബോ എന്ന യുദ്ധഭൂമിയിൽ.

സിംഹളരും തമിഴ് പുലികളും തമ്മിലുള്ള വംശയുദ്ധം കൊടുമ്പിരി കൊണ്ടിരിക്കുന്ന സമയം. ഭരണകൂടഭീകരത മൂലം ഒറ്റപ്പെട്ട തമിഴ് മേഖലകളിൽ, രോഗങ്ങൾ പടർന്ന് പിടിച്ചുകൊണ്ടിരുന്നു. അവരെക്കുറിച്ച് മുതലക്കണ്ണീർ മാത്രം പൊഴിച്ചിരുന്ന വിവിധ സർക്കാറുകളുടെ

കെടുകാര്യസ്ഥത ലോകശ്രദ്ധ പിടിച്ചുപറ്റി. ഒരുകൂട്ടം ജനങ്ങളുടെ കൂട്ട മരണം ഒഴിവാക്കാൻ യുണൈറ്റഡ് നേഷൻസ് മുൻകൈ എടുത്ത് നടപ്പാക്കിയ പദ്ധതി മുഖാന്തിരം ആണ് ലോകാരോഗ്യ സംഘടന തങ്ങളുടെ ഡോക്ടർമാർ അടക്കമുള്ള സംഘത്തെ അങ്ങോട്ടയച്ചത്.

അതീവം അപകടം പതിഞ്ഞിരിക്കുന്ന ജോലി. മനുഷ്യസ്നേഹം മാത്രമായിരുന്നു ആ സംഘത്തെ മുന്നോട്ട് നയിച്ചുകൊണ്ടിരുന്നത്. ശ്വേതപതാകയേന്തിയ വാഹനങ്ങളെ മാത്രമേ ആ മേഖലകളിൽ പട്ടാളം കടത്തി വിട്ടിരുന്നുള്ളൂ. അതിസാരം, കോളറ, മഞ്ഞപ്പിത്തം എന്നു വേണ്ട, എല്ലാവിധ രോഗങ്ങളും കൊടികുത്തി വാഴുന്ന പ്രദേശങ്ങൾ. അതിനുള്ള മൂലകാരണമോ, മതിയായ ഭക്ഷണമോ ശുചിയായ വെള്ളമോ ലഭിക്കാത്തതു മൂലമുള്ള രോഗപ്രതിരോധശക്തിയില്ലായ്ക. പ്രതിരോധം ചികിത്സയേക്കാൾ അഭികാമ്യം എന്ന അർത്ഥം വരുന്ന ഇംഗ്ലീഷ് ബാനറുകളാണ് ഡോക്ടർമാർ ഉടനീളം സ്ഥാപിച്ചത്. അത് ശരിതന്നെയായിരുന്നു. യുണൈറ്റഡ് നേഷൻസ് അത് ശരിവെക്കുകയും വളരെ ഉദാത്തമായ രീതിയിൽത്തന്നെ ഭക്ഷണവും വെള്ളവും എത്തിച്ചു കൊടുത്ത്, പ്രശ്നങ്ങൾക്ക് വലിയൊരു പരിധിവരെ പരിഹാരം കാണുകയും ചെയ്തു.

ലോകത്തിന്റെ മുഴുവൻ പ്രശംസ പിടിച്ചുപറ്റിയ രക്ഷാപ്രവർത്തനം കാഴ്ച വെച്ച് തിരിച്ചുവരികയായിരുന്നു ആ മെഡിക്കൽ സംഘം. ജാഫ്നയിൽ നിന്നും കൊളംബോയിലേക്കുള്ള റോഡ് മാർഗമുള്ള യാത്ര. ജാഫ്നയിൽ നിന്നും പുറത്തുകടക്കും വരെ വഴിയിലുടനീളം നന്ദി പ്രകടിപ്പിച്ചുകൊണ്ടുള്ള കൂട്ടങ്ങളും ബാനറുകളും. നന്ദിപ്രകടനങ്ങൾ ആസ്വദിക്കുകയായിരുന്നെങ്കിലും അവർക്ക് ഉള്ളിൽ ഭയമുണ്ടായിരുന്നു. ജാഫ്ന പ്രദേശം കടന്നുകിട്ടുക എന്നതായിരുന്നു അവരുടെ സുരക്ഷാ സംഘത്തിന്റെ തലവേദന. അതുകൊണ്ടുതന്നെ നന്ദിപ്രകടനങ്ങൾക്ക് അധികം നിന്നുകൊടുക്കാതെ വേഗത്തിൽ തന്നെ ആ പ്രദേശം തരണം ചെയ്യാൻ സഹായിക്കണം എന്നുള്ള ശക്തമായ താക്കീത് സുരക്ഷാ ഉദ്യോഗസ്ഥർ ആ സംഘത്തിന് നല്കിയിരുന്നു. അതുകൊണ്ടുതന്നെ യാവണം അകാരണമായ ആ ഭയം അവരുടെയെല്ലാം തന്നെ മനസ്സിൽ ഉടലെടുത്തത്.

ഭയപ്പാടുകൾക്ക് അറുതി വരുത്തികൊണ്ട് അധികം വൈകാതെ, സൂര്യാസ്തമനത്തിന് മുമ്പുതന്നെ അവർ ജാഫ്ന പ്രദേശം തരണം ചെയ്തു. പ്രകൃതി അറിഞ്ഞു കൊടുത്ത സ്വർഗീയ ഭംഗിയുള്ള പ്രദേശങ്ങളാണ് ശ്രീലങ്കയിലുള്ളത്. എന്നാൽ അവർ അപ്പോഴാണ് ആദ്യമായി അതൊക്കെ ശ്രദ്ധിക്കുവാൻ തുടങ്ങിയത്. കടലും കരയും പ്രണയം പറയുന്ന അനേകം തീരങ്ങൾ. മരതകപട്ടുടുത്ത ഭൂപ്രദേശങ്ങൾ. സമുദ്രത്തോട് അലിഞ്ഞു ചേരാൻ വെമ്പൽ പൂണ്ട് കൂടുതൽ വേഗതയോടെ ഒഴുകുവാൻ ആഞ്ഞു ശ്രമിക്കുന്ന അനേകം നദികൾ.

ഒരു ദശാബ്ദത്തിലേറെയായി നിലനിന്നിരുന്ന അരക്ഷിതാവസ്ഥ മൂലം നശിച്ചുപോയ കമ്പനികളും ബിസ്സിനസുകളും പക്ഷേ പക്ഷിമൃഗാദികൾക്ക് ഒരനുഗ്രഹമായിരുന്നു. പുകയോ, ശബ്ദമോ, വിഷമാലിന്യങ്ങളോ ഇല്ലാത്ത ഭൂപ്രദേശത്ത് അവർ അർമാദമാടി. കൊളാംബോയിലേക്കുള്ള വഴിയിലെ മനോഹാരിതകൾ ആവോളം ആസ്വദിച്ച് ആ സംഘം ആദ്യമായി ശ്രീലങ്കൻ മണ്ണിനെ അടുത്തറിയുകയായിരുന്നു. അപ്പോഴാണ് ആ പട്ടാളത്തിന്റെ ചെക്ക്പോസ്റ്റിൽ അവരുടെ വണ്ടിക്ക് നിറുത്തേണ്ടി വന്നത്.

പതിവുള്ള ചെക്കിങ് ആണെന്നും എല്ലാവരും ഇറങ്ങി റജിസ്റ്ററിൽ ഒപ്പിടണമെന്നും ഡ്രൈവർ വിളിച്ച് പറഞ്ഞു. ഒപ്പിട്ടുകഴിഞ്ഞ സംഘത്തെ കുറച്ചകലെയുള്ള തുറന്ന സ്ഥലത്തേക്ക് സുരക്ഷ ഉപദേശങ്ങൾക്കായി പട്ടാളക്കാർ ആനയിച്ചു. പക്ഷേ, ഉപദേശങ്ങൾക്കായി തടിച്ചുകൂടി നിന്ന അവരെ എതിരേറ്റത് കാതടപ്പിക്കുമാറുള്ള ശബ്ദത്തോട് കൂടിയ യന്ത്രതോക്കുകളിൽ നിന്നുതിർന്ന വെടിയുണ്ടകളായിരുന്നു.

പുതുമഴ പെയ്ത രാത്രിയിൽ, ജ്വലിക്കുന്ന വിളിക്കിനരികെ ചത്തൊടുങ്ങി കിടക്കുന്ന ഈയ്യാംപാറ്റകളെ പോലെ ആ ഒരുകൂട്ടം മനുഷ്യർ മരിച്ചുകിടന്നു. രാത്രിക്കു രാത്രിതന്നെ ആ ജഡങ്ങളെല്ലാം തമിഴ് ശക്തികേന്ദ്രമെന്ന് ലോകത്തെ വിശ്വസിപ്പിച്ചിരുന്ന ഒരു സ്ഥലത്ത് പട്ടാളക്കാർ കൊണ്ടുപോയി ചിതറിയിട്ടിരുന്നു. സംരക്ഷിക്കുവാൻ വന്ന മെഡിക്കൽ സംഘത്തെ പോലും കൊന്നൊടുക്കുന്ന ക്രൂര കിരാതന്മാരാണ് തമിഴ് പുലികൾ എന്ന് ലോകത്തെ തെറ്റിദ്ധരിപ്പിക്കൽ ആയിരുന്നു ഉദ്ദേശ്യം.

ടെലഗ്രാമുമായി വന്ന മുരുകൻ അത് തരാതെ വാവിട്ട് കരയുന്നത് കണ്ട് അയാൾക്ക് അപ്പോഴേ പന്തികേട് തോന്നി. എന്ത് ദുഃഖവാർത്തയാണെങ്കിലും അത് താങ്ങാൻ ഹൃദ്രോഗിയായ തന്റെ സഹധർമ്മിണിക്ക് കഴിയില്ലെന്ന് അയാൾക്ക് നല്ല നിശ്ചയമായിരുന്നു. അതുകൊണ്ടു തന്നെ മനസ്സിനെ ആവോളം നിയന്ത്രിച്ച്, മുരുകനെ അയാൾ തകൃതിയിൽ കൈയാലയ്ക്കപ്പുറത്തേക്ക് മാറ്റി നിറുത്തി. താൻ ഭയപ്പെട്ടതു പോലെ തന്നെയുള്ള ആ വാർത്ത അയാളെ ഒരു നിമിഷത്തേക്ക് മരവിപ്പിച്ചു കളഞ്ഞു. എങ്കിലും താൻ ചെകുത്താനും കടലിനും നടുവിലാണെന്നും ദുഃഖം പുറത്ത് പ്രകടിപ്പിച്ചാൽ ഭാര്യയെയും തനിക്ക് നഷ്ടപ്പെടും എന്ന തിരിച്ചറിവുകൊണ്ട് അയാൾ ഒരുവിധം സമചിത്തത പാലിക്കുകയായിരുന്നു.

പിന്നീടുള്ള മാസങ്ങളിൽ അയാൾ തന്നെ കാശ് കൊടുത്ത് പറഞ്ഞേർപ്പാടാക്കിയ മുഖേന, മുരുകൻ മുടങ്ങാതെ മണിയോർഡർ കൊണ്ടുവന്നുക്കൊണ്ടിരുന്നു. പത്നിക്ക് സംശയം തോന്നാതിരിക്കാൻ ഒരിക്കൽ പോലും അത് ഏറ്റുവാങ്ങാൻ അവരെ അയാൾ അനുവദിച്ചതുമില്ല.

■

കൊറോണാസുരൻ

2019നെ വെറും ഓർമ്മ മാത്രമാക്കി 2020 കടന്നുവന്നു. കാണാൻ നല്ല രസമുള്ള സംഖ്യ. ലോകം ആ വർഷത്തെ വളരെ സന്തോഷത്തോടു കൂടി തന്നെ വരവേറ്റു. സിഡ്നി ഓപ്പറ ഹൗസിൽ അന്ന് പാതിരാത്രി എല്ലാവർഷത്തേക്കാളും ഉപരി ഒരു മഹോത്സവമായിട്ടായിരുന്നു ആഘോഷങ്ങൾ. ലോകത്ത് പുതുവത്സരം ആദ്യം ദർശിക്കാൻ കഴിയുന്നത് അവർക്കാണല്ലോ. അതിന്റെ ഒരഹങ്കാരം കൂടിയുണ്ടായിരുന്നു അവർക്ക്. ജീവിതം സോഷ്യൽ മീഡിയയിൽ ഒതുക്കുന്ന ലോകസമൂഹത്തിന് ഇന്ന് ആഘോഷങ്ങൾക്കൊക്കെ പുതിയ ഒരു വീര്യമാണ്. ഫോട്ടോയെടുത്ത് സോഷ്യൽ മീഡിയായിൽ ഇടുവാനുള്ള വ്യഗ്രത. അതുകൊണ്ടുതന്നെ മില്ലേനിയം ഇയർ എന്ന് വിശേഷിപ്പിച്ചിരുന്ന 2000 ആണ്ട് പിറവിയെ പോലും നിഷ്പ്രഭമാക്കുന്ന ആഘോഷങ്ങളായിരുന്നു അന്ന് സിഡ്നിയിൽ.

ടെലിവിഷനിൽ പുതുവർഷത്തിന്റെ പ്രവചനങ്ങളുമായി ജോത്സ്യർ തമ്മിൽ മത്സരമായിരുന്നു. അതിലൊരുവൻ പറഞ്ഞു, "ഈ വർഷം എല്ലാ നാളുകാർക്കും വളരെ നല്ല ഫലങ്ങളാണ് കാണുന്നത്, പ്രത്യേകിച്ച് ഉദ്യോഗാർത്ഥികൾക്ക്." വേറൊരുവൻ പറഞ്ഞത്, വരാൻ പോകുന്ന പകർച്ചവ്യാധിയെക്കുറിച്ചായിരുന്നു. അയാളുടെ പ്രവചനം ആർക്കും കേൾക്കേണ്ട, നല്ലത് മാത്രമേ ജനങ്ങൾക്ക് കേൾക്കേണ്ടു. മഴ പെയ്യാനും പെയ്യാതിരിക്കാനും സാധ്യതയുണ്ടെന്ന് പറയുന്ന കാലാവസ്ഥ പ്രവചനം പോലെയാണ് മിക്ക ജോത്സ്യരും. നല്ലതും ചീത്തയും കൂട്ടിക്കുഴച്ചുള്ള ഒരു പ്രവചനം. ഏതു വിധേനയും വ്യാഖ്യാനിക്കാൻ കഴിയും വിധത്തിൽ.

ജോധ്പൂരിൽ അന്നയാൾ പോയത് ജോലിയാവശ്യത്തിനായിരുന്നു. റെയിൽവേ കാറ്ററിങ് കോൺട്രാക്ടറായിരുന്ന അയാൾ ജോധ്പൂർ കൊച്ചുവേളി എക്സ്പ്രസ്സ് വണ്ടിയിലാണ് അവിടെയെത്തിയത്. ഒരു ദിവസം കഴിഞ്ഞേ വണ്ടി തിരിച്ച് കൊച്ചുവേളിയിലേക്ക് യാത്രയാവൂ. അതുകൊണ്ട് ജോധ്പൂർ കറങ്ങാൻ ഇറങ്ങിയതാണ് അയാൾ. അങ്ങനെയാണ് മണ്ഡോർ എന്ന സ്ഥലത്തെ പ്രഖ്യാതമായ രാവണക്ഷേത്രത്തിൽ

അയാൾ എത്തിപ്പെട്ടത്. കൊമ്പൻമീശ വെച്ച് തനി നാടൻ വേഷത്തിൽ അവിടെയെത്തിപ്പെട്ട, കുടവയറുള്ള അയാളെ കണ്ട് പലരും രാവണ നാണെന്നു തെറ്റിദ്ധരിച്ചോ എന്ന് സംശയം. 'രാവണാസുർ', എന്ന് ഏതോ ഹിന്ദിക്കാരൻ വിളിച്ചതായി അയാൾക്ക് തോന്നി.

തിരിഞ്ഞു നോക്കിയ അയാൾ കണ്ടത് ഒരു കൂട്ടം സ്ത്രീകളെയാണ്. ഇവരിലാരാണാവോ തന്നെ പുരുഷസ്വരത്തിൽ രാവണാസുരനെന്ന് വിളിച്ചതെന്ന് അയാൾക്ക് മനസ്സിലായില്ല. വീണ്ടും വിളി കേട്ടപ്പോൾ മനസ്സിലായി അവർ സ്ത്രീകളല്ല, ഭിന്നലിംഗക്കാരാണെന്ന്. ചെറുപ്പ ക്കാരായ ആണുങ്ങളെയും കുട്ടികളുമായി വരുന്ന സ്ത്രീകളെയും ലാക്കാക്കി നിൽക്കുന്നവർ. അവഹേളനം ഭയന്ന് അവർ നീട്ടിക്കൊടു ക്കുന്ന പൈസകൊണ്ട് ജീവിക്കുന്നവർ. ഭീഷണിപ്പെടുത്തിയും അപമാ നിച്ചും ജീവിക്കുന്നവർ, ദിഗ്‌വിജയിയും പണ്ഡിതശ്രേഷ്ഠനും ത്രിലോക ജ്ഞാനിയുമായ രാവണനെ അസുരനെന്ന് വിളിക്കുന്നു. വിധിവൈപ രീത്യം എന്നല്ലാതെ എന്തു പറയാൻ? ക്ഷേത്രത്തിൽ നിന്നും തിരിച്ചു നടക്കുമ്പോൾ അയാളുടെ മനസ്സിൽ രാവണൻ മാത്രമായിരുന്നു.

ജോധ്പൂർ കോട്ട എല്ലാ വർഷവും സന്ദർശിക്കുന്ന ടൂറിസ്റ്റുകളുടെ എണ്ണം വളരെയധികമാണ്. ഇന്ത്യയുടെ വിദേശ ടൂറിസ്റ്റുകളിൽ അധികം പേരെയും ആകർഷിക്കുന്ന രാജസ്ഥാന്റെ പ്രധാന ടൂറിസ്റ്റുകേന്ദ്രങ്ങളിൽ ഒന്നാണ് ജോധ്പൂർ. ജോധ്പൂരിലെ പ്രമുഖ ഹോട്ടലുകളിൽ ഒന്നാണ് ഹിൽട്ടൻ. റെയിൽവെയുടെ കാറ്ററിങ് ജോലി മാത്രമല്ല, ആഴ്ചയിൽ കിട്ടുന്ന രണ്ടോ മൂന്നോ ദിവസങ്ങളിൽ ദിവസവേതനത്തിൽ അവിടെ റൂംബോയ് ആയും ജോലി ചെയ്യാറുണ്ട് അയാൾ. നിത്യവൃത്തിക്ക് ഒരാശ്വാസം, അത്രയേ അയാൾ ഉദ്ദേശിച്ചിരുന്നുള്ളൂ.

അന്ന് ഹോട്ടലിൽ ദിവസവേതനം വളരെ കൂടുതൽ ആയിരുന്നു. തിരക്കുള്ള ദിവസങ്ങളിൽ പതിവാണ്. ആവശ്യത്തിന് ആളുകൾ പാചകക്കാരായും വെയ്റ്റർമാരായും റൂംബോയ്കളായും ലഭ്യമാ വാനുള്ള വിദ്യ. ''അന്നും എന്തെങ്കിലും കല്യാണമോ, വി ഐ പി പാർട്ടിയോ, അല്ലെങ്കിൽ ഏതെങ്കിലും സമ്മേളനമോ ആയിരിക്കും.'' അയാൾ വിചാരിച്ചു. രാവണനെക്കുറിച്ചുള്ള ചിന്തകൾ മാറ്റിവച്ച് അയാൾ തിടുക്കത്തിൽ ഹോട്ടലിലേക്ക് യാത്രയായി.

ആഡംബരതയുടെ മൂർത്തിമദ് രൂപമായിരുന്നു ആ ഹോട്ടൽ. ഇരുപത് നിലകളുള്ള പറുദീസ. ജോധ്പൂരിന്റെ ആകാശസീമകളിൽ മറ്റൊരു കോട്ട പോലെ, അടുത്തുള്ള കെട്ടിടങ്ങളെയെല്ലാം തന്നെ നിഷ്പ്രഭമാക്കിക്കൊണ്ട് ആ ഹോട്ടൽ തലയുയർത്തി നിന്നു. അവിടെ കേറിച്ചെല്ലുന്ന സാധാരണക്കാരന് അപകർഷതാബോധം തോന്നിയി ല്ലെങ്കിലേ അതിശയിക്കാനുള്ളൂ.

തുടക്കത്തിൽ പണത്തിന്റെ ഈ മാസ്മരികത അയാളെ തെല്ലൊന്നുമല്ല അമ്പരിപ്പിച്ചത്. എന്നാൽ കാലക്രമേണ ഇത് വെറും പൊയ്മുഖങ്ങളാ ണെന്നും യഥാർത്ഥ ജീവിതസൗഖ്യം സാധാരണക്കാരിലാണെന്നുമുള്ള

സത്യം അയാൾ തിരിച്ചറിഞ്ഞു. അതുകൊണ്ടുതന്നെ അന്ന് ലോകത്തിലെക്കേറ്റവും വലിയ ലിക്വിഡ് സോപ്പ് നിർമാണകമ്പനിയുടെ കോടികൾ ചിലവാക്കിയുള്ള സെയിൽസ് കോൺഫറൺസ് സംബന്ധമായ ആഡംബരപാർട്ടി കണ്ടപ്പോൾ അയാൾക്ക് തെല്ലും അത്ഭുതം തോന്നിയില്ല. കുളം എത്ര കൊക്കിനെ കണ്ടിരിക്കുന്നു, അയാൾ ആ മലയാളം ചൊല്ല് ഓർത്തുപോയി.

പാട്ടും കൂത്തും മദ്യവും മദിരാക്ഷിയും എല്ലാം തന്നെയുണ്ടായിരുന്ന ആഘോഷങ്ങൾ പാതിരാത്രി കഴിഞ്ഞും തുടർന്നു. ജോലി തീർത്തു വീട്ടിൽ പോകുവാൻ കാത്തിരുന്ന ജീവനക്കാർ അക്ഷമരായി തുടങ്ങി. തുടക്കം മുതൽ ആതിഥേയരെ പോലെ തിളങ്ങിനിന്നിരുന്ന ഒരു മാംഗോളിയൻ വംശജനും മറ്റൊരു അറേബ്യൻ വംശജനും പാതിരാത്രിക്ക് മുൻപുതന്നെ തിരിച്ചു റൂമിലേക്ക് തിടുക്കത്തിൽ പോകുന്നത് അയാൾ പ്രത്യേകം ശ്രദ്ധിച്ചു. പാർട്ടി കഴിയുന്നതിന് മുൻപുതന്നെ ആതിഥേയർ തിരോധാനം ചെയ്യുന്നത് അസ്വാഭാവികം തന്നെയായിരുന്നു.

സ്ഥിരക്കാരായ റൂംബോയ്കൾ എല്ലാം തന്നെ പാർട്ടി സൽക്കാരത്തിൽ വ്യാപൃതരായിരുന്നു. അവിടെ അവർക്ക് റൊക്കമായി വലിയൊരു സംഖ്യ ടിപ്പ് ലഭിക്കും. മുറികളിൽ താമസിക്കുന്നവർ സായിപ്പന്മാർ ആണെങ്കിൽ മാത്രമേ നല്ല ടിപ്പ് കൊടുക്കാറുള്ളൂ. ഏഷ്യക്കാർ ടിപ്പ് കൊടുക്കുന്നതിൽ പൊതുവെ ലുബ്ധ് കാണിക്കുന്നവരാണെന്നാണ് റൂംബോയ്കളുടെ ഭാഷ്യം.

നാല് കുപ്പി റൈസ് ബിയർ, രണ്ടു പ്ലെയ്റ്റ് പാമ്പിറച്ചി, ഒരു ലിറ്റർ തണുപ്പിച്ച ഒട്ടകപ്പാൽ, ചിക്കൻ ബാർബിക്യൂ, പിന്നെ കുറെ സിഗരറ്റ് പാക്കറ്റും. റൂം സർവീസ് ഓർഡറെടുത്ത അയാൾക്ക് വിഭവങ്ങൾ കേട്ടപ്പോൾ ആശ്ചര്യം തോന്നി. 'ഇവരൊക്കെ മനുഷ്യർ തന്നെയാണോ?'' അയാൾ ഒരു നിമിഷം ചിന്തിച്ചു പോയി.

അങ്ങനെ പതിവായി ആളുകൾ ആവശ്യപ്പെടുന്ന ഭക്ഷണവിഭവങ്ങൾ അല്ലാത്തതുകൊണ്ട്, ഷെഫുകൾ കൂടുതൽ സമയം അത് പാകം ചെയ്യുവാൻ എടുത്തിരുന്നു. അതിനിടയിൽ രണ്ടോ മൂന്നോ തവണ അവർ മാറി മാറി റൂം സർവീസ് നമ്പറിൽ വിളിക്കുകയും ഭക്ഷണം വൈകുന്നതിൽ ചീത്ത വിളിക്കുകയും ചെയ്തു. അതുകൊണ്ടു തന്നെ രണ്ടും കൽപ്പിച്ചാണ് അയാൾ ഭക്ഷണവും ബിയറുമായി അവരുടെ മുറിയിലേക്ക് പോയത്.

മുറിയിലെത്തിയ അയാൾ അവിടെ മൂന്നാമതൊരാളെ കൂടി അപ്രതീക്ഷിതമായി കണ്ട് ഒന്ന് പതറിപ്പോയി. ഒരു സായിപ്പ്, ചുരുട്ട് പുകച്ചുകൊണ്ട് ലാപ്ടോപ്പിൽ എന്തോ കുത്തിക്കുറിക്കുന്നുണ്ടായിരുന്നു. റൂംബോയെ കണ്ടപ്പാടെ, അറബി, ഇന്ത്യക്കാരെ ഒന്നടങ്കം ആക്ഷേപിക്കുന്ന വിധത്തിൽ ഇംഗ്ലീഷിൽ എന്തൊക്കെയോ പുലമ്പി. ഭക്ഷണം

വൈകിയെത്തിയതിന്റെ അമർഷമായിരിക്കുമെന്ന് കരുതി അയാൾ അത് കാര്യമായെടുത്തില്ല. ബിയർ ഒഴിച്ചുകൊടുത്ത്, ഭക്ഷണം വിളമ്പിയ ശേഷം അയാൾ ഇറങ്ങാൻ നിൽക്കുകയായിരുന്നു. അപ്പോഴാണ് വോഡ്ക കുപ്പി നുണഞ്ഞുകൊണ്ടിരുന്ന സായിപ്പ് റഷ്യൻ ഭാഷയിൽ മാംഗോളിയൻ വംശജനോട് അത് പറഞ്ഞത്.

വർക്കല ബീച്ചിൽ റഷ്യക്കാരുമായി ദിവസേന ഇടപഴകിയിരുന്ന പഴയ ബാർ ജീവനക്കാരന് ആ ഭാഷ നല്ല വശമായിരുന്നു. ''ഈയൊരു വൈറസ് ലോകത്തെ കീഴ്മേൽ മറിക്കും. സോപ്പ് കമ്പനിയുടെ വില്പന കുത്തനെയായിരിക്കും വർദ്ധിക്കുന്നത്. അവർ നമുക്ക് ഇത് വികസിപ്പിക്കാൻ തന്നിരുന്ന എഴുപതു മില്യൺ ഡോളറിന് പകരം അവർക്ക് ലഭിക്കുവാൻ പോകുന്നത് അതിന്റെ ആയിരം ഇരട്ടിയാണ്.'' സായിപ്പ്, അറച്ചു നിൽക്കുന്ന അയാളെ കണ്ട് സംസാരം നിറുത്തി. ടിപ്പ് പ്രതീക്ഷിച്ചു നിൽക്കുകയാണെന്ന് കരുതി, നാണമില്ലാത്ത ഇന്ത്യക്കാർ എന്ന് ഇംഗ്ലിഷിൽ പറഞ്ഞ്, അറബി ഒരഞ്ഞൂറിന്റെ നോട്ട് അയാളുടെ നേർക്ക് വലിച്ചെറിഞ്ഞു. ഒരു വളിഞ്ഞ ചിരിയോടെ അയാൾ ആ നോട്ടെടുത്ത് പുറത്തേക്ക് നടന്നു.

സമയം രാത്രി സുമാർ രണ്ട് മണിയോടടുത്തിരുന്നു. പാർട്ടിയും പരിവാരവും എല്ലാം തീർന്ന് ഹോട്ടലും പരിസരവും നിദ്രയിലാണ്ടിരുന്നു. കഴിഞ്ഞുപോയ ദീപാവലി ആഘോഷങ്ങളുടെ ബാക്കിയായി നഗരമെങ്ങും ഇലക്ട്രിക് ബൾബുകളുടെ ഒരുവൻ സന്നാഹമായിരുന്നു. രാത്രിയായിരുന്നിട്ടും ജോധ്പൂർ നഗരം പലതരം വെളിച്ചത്തിൽ തിളങ്ങി നിന്നു.

ആ സമയം, ലോകത്തിന്റെ മറ്റൊരു കോണിൽ ഹാരിസൺ മൂർ തന്റെ കീഴുദ്യോഗസ്ഥനും മലയാളിയുമായ ജേക്കബ് കുര്യൻ കൊണ്ടുവന്ന കപ്പയും മീൻകറിയും ആസ്വദിക്കുകയായിരുന്നു. കേരളത്തിൽ ഒരിക്കൽ സന്ദർശനം നടത്തിയതിന് ശേഷമാണ്, മൂറിന് കേരള വിഭവങ്ങളോട് കൊതി തോന്നി തുടങ്ങിയത്. അതിനുശേഷം ഉദ്യോഗസ്ഥൻ കൂടിയായ കുര്യനോട് ചോദിച്ച് കേരള വിഭവങ്ങൾ ഉണ്ടാക്കിക്കും. രാജ്യാന്തര കുറ്റാന്വേഷണ സംഘടനയായ ഇന്റർപോളിന്റെ തലവനാണ് ആ ബ്രിട്ടീഷുകാരൻ എന്ന് ആ കപ്പ കഴിക്കുന്നവനെ കണ്ടാൽ ലവലേശം തോന്നുകയില്ല. ഫ്രാൻസിന്റെ ലിയോൺ എന്ന പ്രകൃതിരമണീയമായ സ്ഥലത്ത്, ഇന്റർപോൾ ആസ്ഥാനത്തിന്റെ ഇരുപതാം നിലയിൽ തന്റെ മേലുദ്യോഗസ്ഥന് മീൻകറി വെച്ചു വിളമ്പുന്നവൻ ഇന്ത്യൻ പ്രസിഡന്റിന്റെ മെഡൽ ലഭിച്ച ഐ.പി.എസ് ഉദ്യോഗസ്ഥനും ഇന്റർപോളിന്റെ ഏഷ്യൻ വിഭാഗത്തിന്റെ തലവനും ആയിരുന്നു.

ആ സമയത്ത് ഇന്ത്യയിൽ നിന്നൊരു ഫോൺകോൾ കുര്യൻ പ്രതീക്ഷിച്ചതേയില്ല. അല്ലെങ്കിൽ തന്നെ, ബോസ്സിനെ തൃപ്തിപ്പെടുത്തുവാൻ ലഭിക്കുന്ന അസുലഭ മുഹൂർത്തത്തിൽ തന്നെ ശല്യപ്പെടുത്തുന്ന

ഫോൺകോളുകൾ ആരാണ് ഇഷ്ടപ്പെടുക? എന്നാൽ ആ ഫോൺ കോൾ അങ്ങനെയായിരുന്നില്ല.

കുര്യന്റെ വിശ്വസ്തനും ഇന്ത്യൻ രഹസ്യാന്വേഷണ സംഘടനയായ റോയിലെ സീനിയർ ഇൻസ്പെക്ടറുമായ ശിവൻകുട്ടിയുടേതായിരുന്നു ആ ഫോൺ കോൾ. ഇന്റർപോളിന്റെ പ്രവർത്തനങ്ങൾക്ക് ഇന്ത്യയിലെ സഹായഹസ്തമായിരുന്നു ശിവൻകുട്ടി. കുര്യന്റെ മുഖത്തെ അങ്കലാപ്പ് കണ്ടിട്ടാണെന്നു തോന്നുന്നു, മുഖലക്ഷണം നൊടിയിടയിൽ വായിച്ചറിയാൻ കഴിവുള്ള മൂർ, ഫോൺ എടുക്കുവാൻ ആംഗ്യം കാണിച്ചത്.

സോപ്പ് കുമിളകളാൽ നശിച്ചുപോകുന്ന ഒരു രോഗാണുവിനെ കൃത്രിമമായി സൃഷ്ടിച്ചെടുക്കുവാൻ സോപ്പ് നിർമിക്കുന്ന ഒരു കമ്പനി ഏഴ് കോടി ഡോളർ മുടക്കിയിട്ടുണ്ടെന്ന് ഇന്റർപോളിന് വളരെ മുമ്പു തന്നെ വിവരം ലഭിച്ചിരുന്നു. ആ രോഗാണു നിമിത്തം ലോകത്താകെ പെട്ടെന്ന് ഭയപ്പാട് ഉണ്ടാക്കിയെടുക്കുവാൻ സ്വാഭാവികമായും അവർ തിരഞ്ഞെടുത്തത്, ലോകത്തേറ്റവും ജനസാന്ദ്രതയുള്ള ഭാരതത്തെ ആയിരുന്നു. ജോധ്പൂരിൽ കോൺഫറൻസ് നടത്തുന്നു എന്നറിഞ്ഞപ്പോൾ തന്നെ ഈ കമ്പനിയെ ഇന്റർപോൾ വിടാതെ പിന്തുടരുന്നുണ്ടായിരുന്നു.

ശിവൻകുട്ടിയിൽ നിന്നും അറിഞ്ഞ വാർത്തകൾ പക്ഷേ, മൂറിനെയും കുര്യനെയും ഞെട്ടിപ്പിക്കുന്നതായിരുന്നു. ഭക്ഷണം വിളമ്പുന്നതിനിടയിൽ ശിവൻകുട്ടി ആ മുറിയിലുള്ള തീൻമേശയ്ക്ക് താഴെ തന്റെ ചൂയിങ്ഗം ഒട്ടിച്ചുവെച്ചിരുന്നു. അതിനുള്ളിൽ അത്യാധുനിക ശ്രവണശേഷിയുള്ള മൈക്രോ ഫോൺ ആണുണ്ടായിരുന്നത്.

ഒട്ടകപ്പാൽ കുടിച്ചിരുന്ന അറബി അന്താരാഷ്ട്രതലത്തിൽ ആയുധ കച്ചവടം നടത്തുന്നവൻ ആയിരുന്നു. രോഗാണു മൂലം പൊറുതി മുട്ടാൻ പോകുന്ന പാശ്ചാത്യ വികസിത രാജ്യങ്ങളിൽ ഭീകരപ്രവർത്തനത്തിന് ആയുധം എത്തിച്ചുക്കൊടുക്കുക എന്നതായിരുന്നു അയാളുടെ ദൗത്യം. അതിന് അയാൾക്ക് ലഭിക്കാൻ പോകുന്നതോ, കോടിക്കണക്കിനു ഡോളറും. എന്നാൽ ഇതിൽ സോപ്പ് കമ്പനിക്ക് എന്ത് ലാഭം എന്ന ചോദ്യത്തിന് മൂറിനോ കുര്യനോ ഉത്തരം ഉണ്ടായിരുന്നില്ല. എന്നാൽ അതിനുത്തരം ശിവൻകുട്ടിയുടെ അടുക്കൽ ഉണ്ടായിരുന്നു താനും.

പാശ്ചാത്യരാജ്യങ്ങളിൽ അനാസ്ഥ സൃഷ്ടിച്ച്, അവിടെയുള്ള തിരഞ്ഞെടുപ്പുകളെ സ്വാധീനിച്ച്, അവിടെ തങ്ങൾക്ക് അനുകൂലമായ സർക്കാരുകളെ പ്രതിഷ്ഠിക്കുക എന്നതായിരുന്നു സായിപ്പിന്റെയും മംഗോളിയന്റെയും ഉദ്ദേശ്യം എന്നത് വ്യക്തമായിരുന്നു. ശിവൻകുട്ടി വിവരിച്ചതനുസരിച്ച്, അവർ അത് ആർക്ക് വേണ്ടിയാണ് ചെയ്യുന്നതെന്നും

വളരെ വ്യക്തമായിരുന്നു. കേവലം ഒരു സോപ്പ് കമ്പനിക്ക് ഏഴ് കോടി ഡോളർ എങ്ങനെ ഇത്ര ലാഘവത്തോടെ ചിലവാക്കാൻ കഴിയുന്നു എന്ന മൂറിന്റെ ആശങ്കയ്ക്കും ശമനമുണ്ടായി.

'ഈ വിപത്തിനെ എങ്ങനെ തടുക്കും?' മൂർ ചിന്താകുലനായി. എന്തോ ഓർത്തെടുത്തതുപോലെ, ഉടൻ ഫോൺ കൈയ്യിലെടുത്ത് അദ്ദേഹം ഒരു നമ്പർ വിളിച്ചു.

''വാഷിംഗ്ടൻ ഡി സി ഹോട്ട് ലൈൻ.'' അദ്ദേഹത്തിന്റെ ഫോണിന്റെ സ്ക്രീനിൽ അത് മിന്നിമറയുന്നത് കുര്യൻ പ്രത്യേകം ശ്രദ്ധിച്ചു. കുര്യന്റെ ഫോണിൽ, സ്പീക്കറിൽ ശിവൻകുട്ടി ലൈനിൽ തന്നെയുണ്ടെന്ന് ഓർമ്മിച്ച മൂർ, അയാളോട് ഇംഗ്ലീഷിൽ ചോദിച്ചു, ''ഡു ദേ ഹാവ് എ നെയിം ഫോർ ദാറ്റ് വൈറസ്?''

ശിവൻകുട്ടി ഒന്നു പകച്ചു. ''എന്തു പറയും? അറിയില്ലെന്ന് പറഞ്ഞാൽ കുറിച്ചിലാവില്ലേ?'' അയാൾ തലപ്പുകഞ്ഞു ആലോചിച്ചു. രാവിലത്തെ രാവണന്റെ ചിന്തകൾ മുഴുവനും അയാളെ വിട്ടകന്നിരുന്നില്ല. അയാൾ ഉടനെ ഫോണിൽ തട്ടിവിട്ടു, ''രാവണാസുരൻ.'' നല്ല മലയാളച്ചുവയിൽ സംസാരിക്കുന്ന ശിവൻകുട്ടിയുടെ വാക്കുകളുണ്ടോ ബ്രിട്ടീഷുക്കാരന് തിരിയുന്നു.

അപ്പോഴേക്കും ഹോട്ട് ലൈനിൽ സംസാരം തുടങ്ങിക്കഴിഞ്ഞ മൂർ, അറ്റ്ലാന്റിക് സമുദ്രത്തിനപ്പുറം അദ്ദേഹത്തിന്റെ ഓരോ വാക്കും സശ്രദ്ധം ശ്രവിച്ചുകൊണ്ടിരിക്കുന്ന ആ വ്യക്തിയോട് പറഞ്ഞു, ''ദെ കോൾ ദാറ്റ് വൈറസ് എ നെയിം. കൊറോണാസുരൻ.'' ആ വിശിഷ്ട വ്യക്തി കേട്ടതോ, ''കൊറോണ വൈറസ്.''

ജയ് ജവാൻ

ഹിന്ദി ചീനി ഭായ് ഭായ്!

ആകാശവാണിയിൽ അതു കേട്ടപ്പോൾ സാവിത്രിദേവി പൊട്ടിത്തെറിക്കുകയായിരുന്നു. തന്റെ സിന്ദൂരം മായിച്ചു കളഞ്ഞ കശ്മലന്മാർ. വിവാഹജീവിതം എന്തെന്ന് അറിഞ്ഞുവന്നിരുന്ന ആദ്യനാളുകളിൽ തന്നെ അത് സംഭവിച്ചു. തങ്ങളുടെ മേൽക്കോയ്മ അരക്കിട്ടുറപ്പിക്കാൻ, ഇടയ്ക്കിടെ ചൈനക്കാർ നിയന്ത്രണരേഖയുടെ ഇന്ത്യൻ ഭാഗത്തേക്ക് കടന്നുകയറിക്കൊണ്ടിരുന്നു. ചൈനയുമായി നല്ല ബന്ധം കാംക്ഷിച്ചിരുന്ന ചാച്ചാജി ചിട്ടപ്പെടുത്തിയെടുത്ത മുദ്രാവാക്യമായിരുന്നു മേല്പറഞ്ഞ ഹിന്ദി ചീനി ഭായ് ഭായ്. നാഴികയ്ക്ക് നാല്പതു വട്ടം ആകാശവാണി അത് പറഞ്ഞുകൊണ്ടുമിരുന്നു. ചൈനയുടെ ഈ പൊയ്മുഖം കണ്ട് സഹികെട്ടാണ് അവസാനം തോക്കുപയോഗിക്കാൻ സൈന്യത്തിന് കേന്ദ്രസർക്കാർ അനുമതി കൊടുത്തത്. എന്നാൽ ഇന്ത്യയുടെ സൈനികശക്തിയേക്കാൾ രണ്ടിരട്ടി വെടിക്കോപ്പുള്ള ചൈന ഇടിച്ചു കയറുകയാണുണ്ടാണ്ടായത്. ''സിപ്പായ് ഗഗൻകുമാർ പ്രകാശ് അതിർത്തിയിലുണ്ടായ വെടിവെപ്പിൽ വീരമൃത്യു വരിച്ചു'' എന്ന ടെലെഗ്രാം ആണ് സാവിത്രിക്ക് ലഭിച്ചത്.

മരം കോച്ചുന്ന തണുപ്പാണ് നാതുലാ പാസ്സിൽ. ഭർത്താവായ ഗഗൻകുമാർ നാതുലാ പാസ്സിൽ നിയമിതനായിട്ട് ഒരു മാസമേയായിട്ടുണ്ടായിരുന്നുള്ളൂ. എങ്കിലും അവൾക്ക് എന്തെന്നില്ലാത്ത ഒരു സങ്കോചമായിരുന്നു. കാരണമറിയാതുള്ള ഒരു ഭയാശങ്ക.

ചൈനക്കാരെ അത്രകണ്ട് അവൾക്ക് വെറുപ്പും ഭയവുമായിരുന്നു. ഒരു ഉറുമ്പിനെപോലും നോവിക്കാത്ത പ്രകൃതമായിരുന്നു അവളുടേത്. അതുകൊണ്ടുതന്നെ സസ്യേതര ഭക്ഷണം കഴിക്കുക പോകട്ടെ, അത് കഴിക്കുന്നവരെ കാണുന്നത് പോലും അരോചകവുമായിരുന്നു. തന്നെ മാംഗല്യം കഴിക്കുന്നവനും സസ്യഭുക്കാവണമെന്ന് അവൾക്ക് ശാഠ്യമായിരുന്നു. പല്ലിയെ മുതൽ പാമ്പിനെ വരെ ഭക്ഷിച്ചിരുന്ന ചൈനക്കാരെ അവൾ വെറുത്തതിൽ എന്തിന് അത്ഭുതപ്പെടണം?

ബീഹാറിലെ ഭാഗൽപൂർ, രണ്ടായിരം വർഷം മുമ്പേ വരെ ലോകത്തിന്റെ തന്നെ അറിവിന്റെ തലസ്ഥാനം എന്നറിയപ്പെട്ടിരുന്ന നളന്ദയുടെ അടുത്ത് കിടക്കുന്ന ജില്ല. എന്നാൽ, ഇന്നത് ഇന്ത്യയുടെ ഏറ്റവും പിന്നോക്കം നിൽക്കുന്ന പ്രദേശങ്ങളിൽ ഒന്നായിരുന്നു. മുസഹാർ എന്ന പേരിൽ അറിയപ്പെട്ടിരുന്ന എലിയെ തിന്ന് ജീവിച്ചിരുന്നതും ലോകത്തിലെ തന്നെ ഏറ്റവും പാവപ്പെട്ടവരുമായ ഒരുപറ്റം ഹതഭാഗ്യർ ജീവിച്ചിരുന്ന ജില്ല. ഹിന്ദുമുസ്ലിം ലഹളകളാലും ഏറെ അപകീർത്തിപ്പെട്ട പട്ടണം. എന്നാൽ ഗംഗയുടെ പ്രവാഹം കൊണ്ടും, ലിച്ചി, ഗോതമ്പ് മുതലായുള്ള കൃഷികളെകൊണ്ടും പ്രകൃതി കനിഞ്ഞു നല്കിയ സമ്പാദ്യങ്ങൾ ആസ്വദിച്ചിരുന്ന ജന്മി സമൂഹം അവിടെയും ഉണ്ടായിരുന്നു. ഉള്ളവനും ഇല്ലാത്തവനും തമ്മിലുള്ള അന്തരം അതിന്റെ മൂർത്തിമത്തായ ഭാവത്തിൽ ആയിരുന്നു അവിടെ താണ്ഡവം ആടിയിരുന്നത്.

ചെറുപ്പത്തിൽ അമ്മ ചുട്ടു നൽകിയിരുന്ന എലികളെ കഴിച്ചിരുന്നത് അവൾ ഒട്ടുംതന്നെ മറന്നിട്ടില്ലായിരുന്നു. വൈകുന്നേരങ്ങളിൽ അന്നന്നത്തെ അദ്ധ്വാനം കഴിഞ്ഞ് അമ്മ വാറ്റിയുണ്ടാക്കിയ ചാരായം, ചുട്ടെടുത്ത എലികളെയും ചവച്ചുകൊണ്ട് കുടിച്ചുതീർത്തിരുന്ന അച്ഛൻ. താനുൾപ്പെടെയുള്ള ആറ് കുഞ്ഞുങ്ങൾക്കുള്ള ആഹാരം പകുത്തു നൽകി ശിഷ്ടമുള്ളതുകൊണ്ട് മാത്രം തൃപ്തിപ്പെട്ടിരുന്ന അമ്മ. കുടിച്ച വശനായി ഉറങ്ങിയിരുന്ന അച്ഛന്റെ നിസ്സഹായാവസ്ഥ മുതലെടുക്കുവാൻ വന്നിരുന്ന പൊലീസുകാരിൽ നിന്നും അതുപോലെ തന്നെ ഗുണ്ടകളിൽ നിന്നും മറ്റും രക്ഷപ്പെടുവാൻ മിക്കപ്പോഴും ഭ്രാന്തഭിനയിച്ചിരുന്ന അമ്മ. അട്ടഹസിച്ച് ചിരിച്ചിരുന്ന അവരുടെ അടുക്കലേക്ക് വരുവാൻ മടിച്ച് പിൻമാറിപ്പോയിരുന്ന കാമവെറിയന്മാർ പോയതറിഞ്ഞ് തന്റെ പേടിച്ചരണ്ട കുഞ്ഞുങ്ങളെ കെട്ടിപ്പിടിച്ച് കരഞ്ഞിരുന്ന അമ്മ.

അക്കാലത്താണ് ഒരു മാലാഖയെ പോലെ അവർ വന്നത്. സിസ്റ്റർ മിലി എന്നാണ് അവരെ എല്ലാവരും വിളിച്ചിരുന്നത്. ആദ്യമൊക്കെ അവർ വെളുത്ത ഒരു ളോഹ ധരിച്ചാണ് പ്രത്യക്ഷപ്പെട്ടിരുന്നത്. തലയിൽ കറുത്ത ഒരു തട്ടവും. അന്നൊക്കെ അവർ വരുമ്പോൾ അരിയും ബിസ്കറ്റും ചില ദൈവങ്ങളുടെ ചിത്രങ്ങളും കൊണ്ടുതരുമായിരുന്നു. അവർ കൂട്ടമായി ചില സ്തോത്രങ്ങൾ പാടുകയും പാടിക്കുകയും ചെയ്തിരുന്നു. എന്നാൽ പിന്നീട് സിസ്റ്റർ അവരിൽ നിന്നും വേറിട്ടാണ് വന്നിരുന്നത്. ളോഹയും തട്ടവും മാറി സാരിയും ബ്ലൗസുമായി അവരുടെ വേഷം. സ്തോത്രങ്ങൾക്ക് പകരം സ്നേഹം നിറഞ്ഞ ജീവിതോപദേശങ്ങൾ പകർന്ന് തന്നു. സിസ്റ്റർ എന്ന വിളി മാറ്റി അവരെ ദീദി എന്ന് വിളിക്കുവാൻ അവർ നിർബന്ധിച്ചു.

സാധുക്കളായ യുവതികൾക്ക് വിദ്യാഭ്യാസവും അതിലൂടെ തൊഴിലും കണ്ടെത്തുന്ന ഒരു സ്ഥാപനമാണ് അവർ നടത്തിയിരുന്നത്. കീഴ്ജാതിക്കാരായ പെൺകുട്ടികളെ മേൽജാതിക്കാരായ ഠാക്കൂർമാരും മറ്റും

യഥേഷ്ടം ബലാത്സംഗം ചെയ്യുക ഒരു പതിവായിരുന്നു. വളരെ കാലങ്ങളായി നടന്നുവരുന്ന ഒരു പതിവായതുകൊണ്ട്, തങ്ങളുടെ ചാരിത്ര്യം കവർന്നെടുക്കുകപ്പെടുകയാണെന്നോ, അവർ ചെയ്യുന്നതൊരു ക്രിമിനൽ കുറ്റമാണെന്നോ ഉള്ള തിരിച്ചറിവ് ഈ ബാലികമാർക്കോ കീഴ് ജാതിക്കാരായ സമൂഹത്തിനോ ഉണ്ടായിരുന്നില്ല. ഈയൊരു അരക്ഷിതാവസ്ഥ കണ്ട് മനസ്സലിഞ്ഞാണ് സിസ്റ്റർ മിലി, ദീദി എന്ന അവതാരം ഉൾക്കൊണ്ടത്. ഇത്ര വലിയൊരു സാമൂഹികപ്രശ്നം കേവലം ഒരു മതത്തിന്റെ പ്രചരണത്തിലുപരിയായി കണ്ട് ലോകത്തിന്റെതന്നെ മനസ്സാക്ഷിക്കു മുമ്പിൽ അവതരിക്കപ്പെടേണ്ട ഒന്നാണ് എന്നവർ തിരിച്ചറിഞ്ഞു.

അമ്മയെ അടുക്കളയും അച്ഛനെ ശുചീകരണവും ഏല്പിച്ച അവർ, ആ കുഞ്ഞുങ്ങളെയത്രയും പഠിപ്പിക്കുവാൻ തുടങ്ങി. ചിത്രരചനയിൽ പ്രാവീണ്യം കാണിച്ചിരുന്ന മുന്നിയെ, സാവിത്രിദേവി എന്ന് പേര് മാറ്റുകയും ഒരു പ്രൈമറി സ്കൂൾ അധ്യാപികയായി ഉയർത്തികൊണ്ടുവരികയും ചെയ്തു.

അവളെ പോലെ തന്നെ താൻ ഉയർത്തിക്കൊണ്ടുവന്ന് മിലിറ്ററിയിൽ സേവനം അനുഷ്ഠിച്ചിരുന്ന ഗഗൻകുമാറിനെ അവൾക്കാലോചിച്ചത് ദീദി തന്നെയായിരുന്നു. ഒരു റെയിൽവേ പ്ലാറ്റ്ഫോമിൽ മരിച്ചുകിടന്നിരുന്ന തന്റെ അമ്മയോട് മുലപ്പാലിനായി ശഠിക്കുന്ന ഒരു കുഞ്ഞിന്റെ ചിത്രം പത്രങ്ങളിൽ വരുകയും അത് അന്വേഷിച്ചു ചെന്ന് ആ കുട്ടിയെ കൂടെകൂട്ടുകയുമായിരുന്നു ദീദി. സാവിത്രിയെ പോലെ തന്നെ മാംസാഹാരത്തിനോട് അവജ്ഞ പുലർത്തിയിരുന്ന ഗഗൻ കുമാറിനെ ദീദി പണ്ടുമുതലേ അവൾക്ക് വേണ്ടി കണ്ടുവെച്ചിരുന്നു. സസ്യാഹാരിയായിരുന്ന ജവാൻ ഇന്ത്യൻ മിലിറ്ററിയിൽ ഒരു അത്ഭുത ജീവിയൊന്നുമായിരുന്നില്ല. പക്ഷേ അങ്ങനെയൊരു പട്ടാളക്കാരൻ തന്റെ ജീവിതത്തിൽ വന്നപ്പോൾ അയാളവൾക്ക് അത്ഭുതം മാത്രമായിരുന്നില്ല, തനിക്ക് മാത്രമായി ഭഗവാൻ സൃഷ്ടിച്ചെടുത്ത ഒരു ദേവനെപ്പോലെയായിരുന്നു.

നേപ്പാൾ അതിർത്തി നാമമാത്രമായി കാക്കേണ്ടി വരുന്ന ബോർഡർ സെക്യൂരിറ്റി ഫോർസിൽ ആയിരുന്നു ഗഗൻ. ഇന്ത്യയുമായി ഹാർദ്ദവമായ ബന്ധം പുലർത്തിയിരുന്ന നേപ്പാളിന്റെ അതിർത്തി ബീഹാർ പൊലീസിന് വിട്ടുകൊടുത്ത്, പാക്കിസ്ഥാന്റെയും ചൈനയുടെയും പ്രമാദമായ അതിർത്തി കാക്കാൻ പട്ടാളക്കാരെ വിന്യസിക്കണമെന്ന് കേന്ദ്രസർക്കാരിന് ആഗ്രഹം ഇല്ലാഞ്ഞിട്ടല്ല. നേപ്പാൾ അതിർത്തിയിലൂടെ കള്ളക്കടത്തൽ പെരുകിയതാണ് സർക്കാരിന് തലവേദനയായത്. കൂടാതെ വൻതോതിൽ കള്ളനോട്ടുകൾ നേപ്പാൾ വഴി വന്നുകൊണ്ടിരുന്നു. സംസ്ഥാന പൊലീസിന്റെ പിടിപ്പുകേടും കൈക്കൂലിയും വെളിച്ചത്തു വന്നപ്പോഴാണ് കേന്ദ്രസർക്കാർ സൈന്യത്തെ വിനിയോഗിച്ചത്.

ബിഹാറികളായ പട്ടാളക്കാരുടെ സ്വപ്നമായിരുന്നു നേപ്പാൾ അതിർത്തിയിലെ പോസ്റ്റിങ്. സ്വപ്നതുല്യമായ ജോലിയും മനസ്സിനു ചേർന്ന പത്നിയും ജീവിതം സുഗമമായി എന്ന് ഗഗൻ സന്തോഷിച്ചിരിക്കുമ്പോഴാണ് അന്ന് നൈറ്റ്ഡ്യൂട്ടി ആണെന്ന് ഓഫീസർ വിളിച്ചു പറഞ്ഞത്.

പാറാവ് എന്നത് ഒരു വിഷമം പിടിച്ച പണിയാണ്. പുറത്തുള്ളവർക്ക് തോന്നും, ഇത് ദിവസം മുഴുവനും വെറുതെ ഇരുന്നാൽ പോരെയെന്ന്. വെറുതെ ഇരുന്നോ നിന്നോ പാറാവുകാരൻ മുഷിയുന്നതും നോക്കിയാവും ശത്രു ആക്രമിക്കുന്നത്. ആ ആക്രമണത്തിലോ കടന്നുകയറ്റത്തിലോ പരാജയപ്പെട്ടാൽ പാറാവുകാരനെ പഴിക്കാൻ ആയിരം നാവുകളാവും എല്ലാവർക്കും. വിജയിച്ചാലോ, അതിനല്ലേ അയാൾ ശമ്പളം വാങ്ങുന്നത് എന്നാവും.

അങ്ങനെയുള്ള രാത്രിയുടെ മുഷിഞ്ഞ യാമങ്ങളിലാണ് ആ ട്രക്ക് ബോർഡർ പോസ്റ്റിൽ എത്തിയത്. ചെക്ക്പോസ്റ്റ് തുറക്കാത്തതിൽ അമർഷം പൂണ്ട് ട്രക്ക് ഡ്രൈവർ, തന്റെ സഹപ്രവർത്തകനോട് കയർക്കുന്നത് ഗഗൻ ദൂരെ നിന്നും വീക്ഷിക്കുന്നുണ്ടായിരുന്നു. തന്റെ തോക്കിൽ മുറുകെ പിടിച്ച് എന്തിനും തയ്യാറായി ഗഗൻ പൊസിഷൻ എടുത്തു. ട്രക്ക് പരിശോധിക്കാതെ കടത്തിവിടില്ല എന്ന് ശാഠ്യം പിടിച്ചിരുന്ന തന്റെ സുഹൃത്തിനോട് ഡ്രൈവർ ഉറക്കെ പറയുന്നത് കേൾക്കാമായിരുന്നു

''യെ തൊ മിനിസ്റ്റർ സാബ് കാ ഘർ കാ മാൽ ഹൈ, ആപ് ക്യാ ജാഞ്ച് കരോഗേ ഇസ്ക?'' (ഇത് മന്ത്രിയദ്ദേഹത്തിന്റെ വീട്ടിലേക്കുള്ള സാധനങ്ങളാണ്, ഇത് നിങ്ങൾ എന്ത് പരിശോധിക്കാൻ ആണ്?)

ബഹളം കേട്ട് ചായ കുടിക്കുകയായിരുന്ന മേലുദ്യോഗസ്ഥൻ, എന്താണെന്ന് തിരക്കാൻ ട്രക്കിന് കുറുകെ കടക്കുകയായിരുന്നു. വിദ്വേഷത്തിന്റെ ആധിയിൽ, പട്ടാളക്കാരനെ വെല്ലുവിളിച്ചുകൊണ്ട് ഡ്രൈവർ വണ്ടി മുന്നോട്ടെടുത്തു. തന്റെ മേലുദ്യോഗസ്ഥൻ വണ്ടിക്കടിയിൽ ആവും എന്നുറപ്പുള്ളതുകൊണ്ട്, ഒരു നിമിഷം പോലും ചിന്തിക്കാതെ ഗഗൻ കാഞ്ചി വലിച്ചു.

ഇടിമുഴക്കത്തിന്റെ ശബ്ദവും ഒരു ഞെരക്കത്തോടെ നിലച്ച വണ്ടിയും വണ്ടിക്കാരന്റെ ശ്വാസവും എല്ലാം ഒരു നൊടിയിടയിൽ കഴിഞ്ഞു. എന്താണ് നടന്നതെന്ന് വിലയിരുത്തുവാൻ ഒരുനിമിഷമെടുത്ത മേലുദ്യോഗസ്ഥൻ ഗഗനു നേരെ ആക്രോശിച്ചടുത്തു. മേലുദ്യോസ്ഥന്റെ കൽപനയില്ലാതെ സെൻട്രികൾ തോക്കുപയോഗിച്ചുകൂടാ. താൻ മേലുദ്യോഗസ്ഥനെ രക്ഷിക്കാനാണ് കാഞ്ചി വലിച്ചത് എന്ന് പറഞ്ഞിട്ടും അയാൾ വിശ്വസിക്കാൻ കൂട്ടാക്കിയില്ല. തന്നോട് ഡ്രൈവർ കലപില യുണ്ടാക്കുന്നത് എന്തിനായിരുന്നു എന്ന് വിശദീകരിക്കുകയായിരുന്ന

സുഹൃത്ത്, പക്ഷേ ഡ്രൈവർ വണ്ടി മുന്നോട്ടെടുക്കുന്നത് കണ്ടിരുന്നില്ല. അതുകൊണ്ടുതന്നെ അയാൾക്കും ഗഗനെ ന്യായീകരിക്കുവാൻ സാധിച്ചില്ല.

പിരിച്ചുവിടലിൽ നിന്നും പക്ഷേ അവനെ രക്ഷിച്ചത്, ട്രക്കിനുള്ളിൽ വീട്ടുപകരണ സാമഗ്രികളിൽ ഒളിപ്പിച്ചുവച്ചിരുന്ന കള്ളനോട്ടുകളാണ്. എന്നാൽ ഡ്രൈവർ മരിച്ചതിനാൽ അത് എവിടെന്ന് വന്നെന്നോ, എങ്ങോട്ട് പോകുന്നവയാണെന്നോ എന്നുള്ള തെളിവുകൾ ഒന്നും ലഭിച്ചില്ല. തെളിവുകൾ നശിപ്പിക്കാനാണോ ഡ്രൈവറെ കൊന്നത് എന്നുള്ള ദുരൂഹതകൾ നിലനിൽക്കവെ തന്നെ, അന്വേഷണാർത്ഥം ഗഗനെ നാഥുലാ പാസിലേക്ക് സ്ഥലംമാറ്റുകയായിരുന്നു.

സതി സമ്പ്രദായം നിലനിൽപ്പില്ലെങ്കിലും ഉത്തരേന്ത്യയിൽ വിധവകളുടെ ജീവിതം നരകതുല്യമായിരുന്നു. അപശകുനമായി കരുതുന്ന അവരെ എല്ലാ മംഗളകർമ്മങ്ങളിൽ നിന്നും അകറ്റിനിർത്തിയിരുന്നു. കൂട്ടുകുടുംബങ്ങളിൽ, അടുക്കളയിലും വീടിന്റെ പുറകിലും മാത്രം ഒതുങ്ങിക്കൂടാൻ വിധിക്കപ്പെട്ട ജന്മങ്ങൾ.

ഇനിയെന്ത് എന്ന വേവലാതിയിൽ, ദൂരെയുള്ള കാളീക്ഷേത്രത്തിലേക്ക് നിർനിമേഷയായി കണ്ണുംനട്ടിരുന്ന സാവിത്രിയെ ഉണർത്തിയത് തുടർച്ചയായി ആരോ വാതിലിൽ മുട്ടുന്ന ശബ്ദമായിരുന്നു. മൃതശരീരം കൊണ്ടുവരുന്നതിന് മുന്നോടിയായുള്ള, പട്ടാളക്കാരുടെ സന്ദേശമാവും എന്ന് കരുതി നിറകണ്ണുകളോടെ വാതിൽ തുറന്ന സാവിത്രി ഞെട്ടിപ്പോയി. താൻ സ്വപനം കാണുകയാണോ എന്ന് സംശയിച്ച സാവിത്രിയുടെ മനസ്സു വായിച്ചതുപോലെ ഗഗൻ പറഞ്ഞു, ''സ്വപ്നമല്ല, ഇത് ഞാൻ തന്നെ, മരിച്ചത് മറ്റൊരു ഗഗൻ ആണ്. ഗഗൻകുമാർ പ്രസാദ് ആണ് മരിച്ചത്, പേരിലുള്ള സാമ്യം മൂലം അവർ കമ്പി തെറ്റിയടിക്കുകയായിരുന്നു.'' ദൂരെയുള്ള കാളീക്ഷേത്രത്തിൽ അപ്പോൾ ആരോ കൂട്ടമണി മുഴക്കുന്നുണ്ടായിരുന്നു.

പുളിങ്കറി

അന്നും ചോറിനോടൊപ്പം പുളിങ്കറി തന്നെ. എത്ര തവണ ഞാൻ അമ്മയോട് കയർത്തിരിക്കുന്നു.

രാവിലെ വിദ്യാലയത്തിൽ എത്തിപ്പെടാനുള്ള വെപ്രാളത്തിൽ മിക്കവാറും പ്രാതൽ നാമമാത്രമായാണ് കഴിക്കാറുള്ളത്. എങ്ങനെയെങ്കിലും തിന്നുവെന്ന് വരുത്തിത്തീർത്ത്, ഒരോട്ടമാണ് ബസ് സ്റ്റോപ്പിലേക്ക്. എട്ട് മണിയുടെ ബസ് പിടിക്കുകയാണ് അന്ന് ജീവിതത്തിൽ ഏറ്റവും പ്രധാനം. കൂട്ടുകാരാണല്ലോ ഒരു കൗമാരക്കാരന്റെ ദൗർബല്യം. അവരുമൊത്ത ബസ് യാത്ര, അതിലുപരി ഒരു സന്തോഷം അന്നില്ലായിരുന്നു.

ഉച്ചയൂണിനുള്ള പൊതിച്ചോർ, അത് കാണുന്നതേ ഈർഷ്യ ആയിരുന്നു. പലവിധ വർണത്തിലുള്ള ചോറ്റുപാത്രങ്ങളിൽ, ഇറ്റാലിയനും പെർഷിയനും പോലുള്ള വിഭവങ്ങൾ കൊണ്ടുവന്നിരുന്ന കൂട്ടുകാർക്ക് മുൻപിൽ, പൊതിച്ചോർ തുറന്ന് ചോറും ദിവസേനയെന്നവണ്ണം മൊട്ടക്കൂസ് തോരനും കഴിക്കുക, തികച്ചും അരോചകമായിരുന്നു അത്. വീട്ടിലുള്ള കോഴി കനിഞ്ഞുനല്കിയിരുന്ന മുട്ടയായിരുന്നു ചിലപ്പോഴെങ്കിലും ഒരു മുട്ട ഓംലെറ്റായോ കൊത്തിപ്പൊരിയായോ എന്റെ ദുരഭിമാനത്തെ രക്ഷിച്ചിരുന്നത്.

ഒരു മണിക്കൂർ നീണ്ട ഉച്ചയൂണിനുള്ള ഇടവേളയിൽ സുമാർ മുക്കാൽ മണിക്കൂറെങ്കിലും ക്രിക്കറ്റ് കളിയായിരുന്നു. അതുകൊണ്ടു തന്നെ, കൊണ്ടുപോയിരുന്ന പൊതിച്ചോറിൽ സിംഹഭാഗവും ആസ്വദിച്ചിരുന്നത് ചവറ്റുകൊട്ടയുടെമേൽ അനിഷേധ്യ ആധിപത്യം സ്ഥാപിച്ചിരുന്ന ബ്രൗണിപട്ടിയുമായിരുന്നു. എങ്ങനെയെങ്കിലും കളി തുടങ്ങാനായിരുന്നു. മിക്കവരുടെയും താത്പര്യം. പ്രായത്തിന്റെ ഊർജ്ജസ്വലതയിൽ വിശപ്പും ദാഹവും ഒരു പ്രശ്നമേ അല്ലായിരുന്നു.

വിയർത്തൊലിച്ച് ക്ലാസ്സുകളിൽ നാലുമണിവരെ കഴിച്ചുകൂട്ടിയിട്ടും ഒടുങ്ങാത്ത ശുഷ്കാന്തിയായിരുന്നു കൂട്ടമണിക്ക് ശേഷമുള്ള വീട്ടിലേക്കുള്ള ഓട്ടത്തിന്. അരമണിക്കൂർ നീളമുള്ള ബസ് യാത്ര മാത്രമായിരുന്നു ചിലപ്പോഴെങ്കിലും ഒരുറക്കം സമ്മാനിച്ചിരുന്നത്. അടുത്തിരിക്കുന്നവന്റെ

മേൽ ഏത്തായി ഒലിപ്പിക്കുന്നവൻ എന്ന ദുഷ്പേര് നൽകാനല്ലാതെ ആ ഉറക്കം ഒന്നിനും ഉപകരിച്ചിരുന്നില്ല. ബസ് ഇറങ്ങിപ്പോയിരുന്ന രണ്ടു ശുഷ്കിച്ചുണങ്ങിയ പിള്ളേർക്ക്, പരിചയക്കാരനും സന്മനസ്സുളവനുമായിരുന്ന പച്ചക്കറിക്കാരൻ സായ്‌വാണ് ആദ്യം നേന്ത്രപ്പഴം നല്കി വിശപ്പടക്കാൻ സഹായിച്ചത്. പിന്നീട് വീട്ടുകാർ മാസത്തുകയായി പറഞ്ഞുറപ്പിച്ചതനുസരിച്ച് അത് ഒരു പതിവായി.

വൈകുന്നേരങ്ങളിൽ, വർഷകാലത്തുള്ള നീന്തലും വേനൽകാലത്തുള്ള ഫുട്ബോളും ഇവ രണ്ടുമാണ് സ്കൂളിലെ കൂട്ടമണിക്ക് ശേഷമുള്ള ഓട്ടത്തിന് ആക്കം കൂട്ടിയത്. രണ്ടായാലും, തിരിച്ച് വന്നതിനുശേഷം ഹോംവർക്ക് തീർക്കുക എന്നത് എന്നും ഒരു ഭഗീരഥപ്രയത്നം തന്നെയായിരുന്നു. ഉറക്കദേവത ഏറ്റവും ശക്തിയായി തഴുകുന്ന നിമിഷങ്ങൾ. എന്നാൽ ഉറക്കദേവതയെ തുരത്തിയോടിക്കുന്ന സാക്ഷാൽ ഭദ്രകാളിയായി അമ്മ അവതരിക്കുന്ന നിമിഷങ്ങളും ആയിരുന്നു അത്.

രണ്ടാംലോക മഹായുദ്ധം കഴിഞ്ഞുള്ള സമാധാനക്കരാർ പോലെയായിരുന്നു അത്താഴം. അമ്മ വിളമ്പുന്നത് എന്തോ, അത് മിണ്ടാതിരുന്നു കഴിക്കുക. യുദ്ധാനന്തരം അമേരിക്ക എന്തു പറയുന്നോ, അതനുസരിക്കുന്ന ജപ്പാനെപോലെ ഞങ്ങൾ രണ്ടുപേരും വിളമ്പിയതെല്ലാം തന്നെ തിന്നുതീർത്തിരുന്നു. മിക്കദിവസങ്ങളിലും തന്നെയുണ്ടായിരുന്ന ചോറും പുളിങ്കറിയും അമൃത് പോലെ കഴിച്ചുതീർത്തിരുന്ന ഞങ്ങളെ കണ്ട് ദേവന്മാർ വരെ അസൂയപ്പെട്ടിടുണ്ടാവണം.

കോലാഹലങ്ങൾ ഒന്നും തന്നെയുണ്ടാക്കാതെ ഉറങ്ങുക എന്നതായായിരുന്നു സമാധാനക്കരാറിന്റെ അടുത്ത നിബന്ധന. അതൊരിക്കൽ മാത്രമേ ഞങ്ങൾ ലംഘിച്ചിട്ടുള്ളൂ. 1983 ലോകക്രിക്കറ്റ് കലാശക്കളിയിൽ വിൻഡീസിന്റെ അവസാന വിക്കറ്റ് ലാക്കാക്കി കുതിക്കുന്ന മൊഹീന്ദർ അമർനാഥ്. ഉറങ്ങിക്കൊണ്ട് ഓടിവരുന്ന ബൗളർ എന്ന് എതിരാളികൾ കളിയാക്കിയിരുന്ന അമർനാഥ്, മൈക്കൽ ഹോൾഡിങ്ങ് എന്ന വിഖ്യാത കളിക്കാരന്റെ വിക്കറ്റ് എറിഞ്ഞു വീഴ്ത്തിയപ്പോൾ, ആർത്ത് വിളിച്ചത് നൂറ് കോടി ജനങ്ങളാണ്. ഓൾ ഇന്ത്യ റേഡിയോവിൽ അത് കേട്ടയുടൻ ആർത്തട്ടഹസിച്ച ഞങ്ങൾ ജ്യേഷ്ഠാനുജന്മാരെ കാത്തിരുന്നത് പക്ഷേ ഒരു കൂട്ടം ശകാരവർഷങ്ങളാണ്. കൂട്ടുകുടുംബത്തിന്റെ ആ കൊച്ച് സ്പർദ്ധയിൽ നിന്ന് അമ്മയ്ക്കും അന്ന് ഞങ്ങളെ രക്ഷിക്കാനായില്ല.

കാലം കടന്നുപോവുകയും പറവകൾ കൂട് വിട്ട്പോകും പോലെ ഞങ്ങൾ ഹോസ്റ്റൽ മുറികളിൽ അഭയം പ്രാപിക്കുകയും ചെയ്തു. ഹോസ്റ്റൽ മെസ്സുകളിൽ പത്തുപേർക്കുള്ള സാമ്പാർ ഒരറ്റത്തുള്ള ഇലയിൽ മാത്രം ഒഴിച്ചാൽ മതിയായിരുന്നു. കാരണം, ബാക്കി ഒമ്പതു പേർക്ക് അത് ഓരോ ഇലയിൽ കൂടിയും ഒലിച്ചെത്തുമായിരുന്നു. ഇതൊരു തമാശ മാത്രമായിരുന്നെങ്കിലും ഹോസ്റ്റൽ ജീവിതത്തിലെ

പരിതാപകരമായ ഭക്ഷണവ്യവസ്ഥ ഇതിൽപരം തുറന്നുകാട്ടുവാൻ വേറൊന്നിനും സാധിക്കുമായിരുന്നില്ല.

പണം അധികമുള്ള വിദ്യാർത്ഥികൾ അടുത്തുപുറത്തുള്ള ഭക്ഷണ ശാലകളെ അഭയം പ്രാപിച്ചപ്പോൾ, പാവപ്പെട്ടവർ കിട്ടിയതുകൊണ്ട് തൃപ്തിപ്പെടേണ്ടി വന്നു. ആഴ്ചയിലൊരിക്കൽ പോകാംവണ്ണം വീടുകൾ അടുത്തുള്ളവർ ശനിയും ഞായറും നോക്കി വീടുകളിലേക്ക് കുതിച്ചു. നിർഭാഗ്യവശാൽ ഇതൊന്നും ഇല്ലാത്തവരില്ലായിരുന്നു ഞാൻ ഉൾപ്പെട്ടത്. ജീവിതത്തിൽ ആദ്യമായി അമ്മ വിളമ്പിയിരുന്ന ചോറും പുളിങ്കറിയും കിട്ടിയിരുന്നെങ്കിൽ എന്ന് ആശിച്ചുപോയ നിമിഷങ്ങൾ.

പിന്നീട് പരീക്ഷയ്ക്ക് മുമ്പ് ലഭിക്കാറുള്ള അവധികളിലും വിദ്യാഭ്യാസം കഴിഞ്ഞുള്ള ജോലിയില്ലാനാളുകളിലും ഈ ചോറും പുളിങ്കറിയും സ്വമേധയാ അമൃത് പോലെ സേവിച്ചിരുന്നു.

കാലം ആർക്കുവേണ്ടിയും കാത്തുനിൽക്കുന്നില്ല. നാട്ടിൽ നിന്നും അകലെയുള്ള ജോലിയും അധികം വൈകാതെയുള്ള കുഞ്ഞുങ്ങളും പ്രാരബ്ധങ്ങളും നാട്ടിലേക്കുള്ള വരവ് വർഷത്തിൽ ഒന്നാക്കി ചുരുക്കി. അതുകൊണ്ടുതന്നെ പുളിങ്കറിയുടെയും സ്വാദ് ഇരട്ടിച്ചുകൊണ്ടേയിരുന്നു.

കുഞ്ഞുന്നാളിൽ യാത്രയിലും മറ്റും തന്നെ ഇറുക്കിപ്പിടിച്ചിരുന്ന ബലിഷ്ഠമായ ആ കൈകൾ ശോഷിച്ചുകൊണ്ടിരിക്കുന്നു. ഓരോ തവണ നാട്ടിൽ വരുമ്പോഴും പുളിങ്കറി വിളമ്പിത്തന്നിരുന്ന ആ കരങ്ങൾ കൂടുതൽ ശുഷ്കിച്ചുകൊണ്ടിരുന്നു. എന്നിരുന്നാലും, മക്കളും കൊച്ചുമക്കളും വിരുന്ന് വരുന്ന ആ സുന്ദരമൂഹൂർത്തങ്ങൾ നഷ്ടമാക്കാതിരിക്കാൻ ആവണം, ഒരു വേവലാതിയുമില്ലാതെ അമ്മ പുളിങ്കറി ഉണ്ടാക്കിക്കൊണ്ടിരുന്നു.

ഇത് എന്റെ അമ്മയുടെ മാത്രം കഥയല്ല. നിങ്ങളുടെ അമ്മയുടെ കഥ കൂടിയാണ്. പുളിങ്കറിക്ക് പകരം അവിയലോ, ചിക്കൻ ബിരിയാണിയോ, മട്ടൻ കറിയോ എന്തുമാവാം. ചിലർക്ക് ഇന്നുമത് ആസ്വദിക്കാനുള്ള ഭാഗ്യം ദൈവം കൊടുത്തിരിക്കുന്നു. മറ്റു ചിലർക്ക് അത് പകരം വെക്കാനില്ലാത്ത നഷ്ടബോധമായി, മനസ്സിൽ ഒരു നീറ്റലായി തുടരുന്നു.

പതിനഞ്ച് വയസ്സുള്ള എന്റെ മകന് ഇന്നവന്റെ അമ്മ ഉണ്ടാക്കിക്കൊടുക്കുന്ന വിഭവങ്ങൾ വേണ്ട. പകരം ഫാസ്റ്റ് ഫുഡ് മതി. ഞാൻ അവനോട് ഈ പുളിങ്കറി കഥ പറഞ്ഞു നോക്കി. അവൻ അത് കേൾക്കാത്തപോലെയിരുന്നു. അവനെ എങ്ങനെ ശാസിക്കും ഞാൻ?

മുപ്പതു വർഷം മുമ്പ് എന്റെ അച്ഛൻ എന്നോടൊരു 'അവൽ നനച്ചതിന്റെ' കഥ പറയുമായിരുന്നു. അച്ഛന്റെ അമ്മ അന്ന് തന്നയച്ചിരുന്ന അവൽ കൊണ്ടുപോകാതെ സ്കൂളിന് പിന്നിലുള്ള പലഹാരക്കടയിലെ അട തിന്നിരുന്ന കഥ. അട തിന്ന് ഒരു ദിവസം അതിസാരം പിടിച്ച് ആശുപത്രിയിൽ പോകേണ്ടി വന്ന കഥ. എന്തു ഫലം? അന്നും ഞാൻ രാവിലെ കോളേജ് കാന്റീനിലെ പഴം റോസ്റ്റ് തിന്നാനോടി. ■

മഴക്കാലം

അന്ന് ജൂൺ ഒന്നാം തീയതി. ശനിയാഴ്ച ആയതിനാൽ അധ്യയന വർഷാരംഭമായിരുന്നെങ്കിലും സ്കൂളിൽ അന്ന് ക്ലാസ്സുകൾ ഉണ്ടായിരുന്നില്ല. പകരം പുതിയ പുസ്തകങ്ങൾ മേടിക്കുവാനും ടൈംടേബിൾ മുതലായവ ചോദിച്ചു മനസ്സിലാക്കുവാനുമുള്ള ദിനമായി അന്നത്തെ ദിവസം ഉപയോഗിക്കുകയായിരുന്നു. സ്വതവേ സ്കൂൾ തുറക്കുന്നതിന് ഒരാഴ്ച മുമ്പാണ് അങ്ങനെയുള്ള കാര്യങ്ങൾക്കായി സ്കൂളുകാർ വിളിക്കാറുള്ളത്. പക്ഷേ, നിയമസഭ തിരഞ്ഞെടുപ്പ് മൂലമുള്ള തിരക്ക് കാരണം അത് നീണ്ടുപോകുകയായിരുന്നു.

തന്റെ രണ്ട് അനന്തിരവന്മാരെയും കൂട്ടി അവർ സ്കൂളിൽ നിന്നും തിരികെ പോരുകയായിരുന്നു. വീട്ടിൽ നിന്ന് സ്കൂളിലേക്കും തിരിച്ചും ഉള്ള യാത്ര ഒരു പ്രയാണം തന്നെയായിരുന്നു. രണ്ട് ബസ്സുകൾ മാറിക്കേറി വേണം തിരികെ വരുമ്പോൾ ജംഗ്ഷനിൽ എത്താൻ. ജംഗ്ഷനിൽ നിന്ന് പിന്നേയും രണ്ട് കിലോമീറ്റർ റോഡ് വഴി നടക്കണം വീടെത്താൻ. എന്നാൽ വീട്ടിലേക്ക് ഒരെളുപ്പവഴിയുണ്ട്. ശിവക്ഷേത്രത്തിന് എതിർ വശമുള്ള നെൽപ്പാടങ്ങൾ കടന്നുചെന്നാൽ നേരെ വീടായി. എന്നാൽ കൂട്ടത്തിൽ ചെറിയവനായ അനന്തിരവൻ ജന്മകാലം ആ വഴി പോകുവാൻ സമ്മതിക്കുകയില്ല. മൂത്തവനാണെങ്കിലോ, എളുപ്പവഴി തന്നെ വേണംതാനും.

കൊച്ചുകുട്ടികൾ ഉറങ്ങാൻ വിസമ്മതിക്കുമ്പോൾ അമ്മമാർ പ്രയോഗിക്കുന്ന ഒരു പൊടിവിദ്യയുണ്ട്. ആരോ ഒരു ഭയങ്കര ജീവി വരും, അതിനു മുമ്പ് ഉറങ്ങിക്കോ, ഉറങ്ങാതിരിക്കുന്ന കുഞ്ഞുങ്ങളെ കണ്ടാൽ അത് പിടിച്ചുതിന്നും. ഒട്ടുമിക്ക കുട്ടികളും അത് കേട്ട് പേടിച്ച് മിണ്ടാതെ കിടന്ന് ഉറക്കത്തെ മാടിവിളിക്കും. അങ്ങനെ ഒരു ഭീകര കഥാപാത്രമായിരുന്നു മാന്തുക്കാൻ. കാലിൽ നിറയെ മന്ത് (മന്ത് ഒരു രോഗമാണെന്നും അതുള്ളവർക്ക് കുട്ടികളെ പിടിക്കുക പോയിട്ട് സ്വയം എഴുന്നേറ്റ് നിൽക്കുക പോലും പ്രയാസമാണെന്ന് പാവം പൈതങ്ങൾക്കുണ്ടോ മനസ്സിലാവുന്നു.) കൈയിൽ ഒരു വലിയ വടി (പാവം, നടക്കാൻ വയ്യാത്തതു

കൊണ്ട് ഉപയോഗിച്ചിരുന്ന ഊന്നുവടിയായിരുന്നു അത്.) വായിൽ നിന്നു നിലയ്ക്കാതെ ഉതിരുന്ന വെളുത്ത പുക (തന്റെ നരകതുല്യമായ ജീവിതത്തിന് ഒരാശ്വാസമേകിയിരുന്ന ആ ബീഡികളാണ് അയാളുടെ ജീവിതം ഒരു കൽക്കരി എഞ്ചിനെ പോലെ മുന്നോട്ട് നയിച്ചിരുന്നത്.)

ചെറിയ പയ്യനെ അലട്ടിയിരുന്നതും ഈ ഒരു മാന്തുക്കാൻ ആയിരുന്നു. കിഴക്കുള്ള പാടത്തുനിന്നും പുകവിട്ട് തന്നെ പിടിച്ചുതിന്നുവാൻ വരുന്ന മാന്തുക്കാൻ. അയാൾ രാത്രിജീവി മാത്രമല്ലല്ലോ. പകലും അവിടെയൊക്കെ അയാൾ കറങ്ങിനടക്കുന്നുണ്ടാവില്ലേ? പിൽക്കാലത്ത് വലിയ എഞ്ചിനീയറൊക്കെ ആവേണ്ട ആ ചെറിയ തലച്ചോറിൽ അത്രയൊക്കെ ബുദ്ധി അന്നുമുണ്ടായിരുന്നു. അനുജൻ നെൽപാടങ്ങൾ കടന്നുവരുവാൻ ഭയപ്പെടുന്നത് എന്തിനെന്ന് ജ്യേഷ്ഠന് നല്ല നിശ്ചയമുണ്ടായിരുന്നു. അതുപക്ഷേ, വലിയമ്മയോട് പറയില്ലെന്ന് മാത്രം. വലിയമ്മ അവനെ വഴക്കു പറയുന്നതും നെൽപാടങ്ങൾ നടന്നു കയറുമ്പോൾ കണ്ണുകൾ ഇറുക്കിയടച്ച് അവൻ ഞെരിപിരി കൊള്ളുന്നതും കാണുവാൻ എന്തു രസം. തന്റേത് മാത്രമെന്ന് നിനച്ചിരുന്ന മാതൃസ്നേഹം പിന്നീട് ജനിച്ചുവന്ന കിടാവ് പിടിച്ചുവാങ്ങുന്നത് കാണുമ്പോൾ ലോകത്തിലെ എല്ലാ മൂത്തകിടാങ്ങൾക്കുമുണ്ടാവുന്ന ഒരമർഷം. ഇവിടെയും അതുതന്നെയായിരുന്നു പ്രശ്നം. അത് മനസ്സിലാക്കാതെ മൂത്തവരെ മാത്രം ശാസിക്കുന്ന മാതാപിതാക്കൾ സിബ്ലിങ് റൈവൽറി എന്ന ഒരു മഹാവിപത്തിലേക്കാണ് പൈതങ്ങളെ തള്ളിവിടുന്നത്.

ജംഗ്ഷനിൽ വണ്ടിയിറങ്ങിയതും അവർ പടിഞ്ഞാറോട്ട് നോക്കി. കാർമേഘങ്ങൾ ഒരു മാസത്തേക്കുള്ള മഴയ്ക്കുള്ള തയ്യാറെടുപ്പുമായെന്ന് തോന്നുംവിധം പടിഞ്ഞാറെ ചക്രവാളം മറച്ചിരുന്നു. കാലവർഷം ഒരിക്കൽ കൂടി തീയതി അറിയിച്ചിരിക്കുന്നു. ജൂൺ ഒന്നിന് കാലവർഷം തുടങ്ങും എന്നത് കേരളത്തിന്റെ ഒരു അലിഖിത സത്യമായിരുന്നു. കുട്ടികളെയും കൂട്ടി പെട്ടെന്ന് വീട്ടിലെത്തണമെങ്കിൽ നെൽപ്പാടങ്ങൾ വഴി തന്നെ പോകണം. വലിയമ്മ തന്റെ ഭാഗത്താണെന്ന അഹന്തയോടെ നിൽക്കുന്ന ചെറിയവൻ. മുഖം കറുപ്പിച്ചു നിൽക്കുന്ന വലിയവൻ. മഴ കോളും കൂട്ടി വരുന്നതിന്റെ സൂചന തന്നുകൊണ്ട് പറവകൾ വേഗം കൂടണയാൻ വെമ്പൽ കൂട്ടുന്നുണ്ടായിരുന്നു. ദൂരെനിന്നും 'ഞങ്ങളെ തൊഴുത്തിൽ കൊണ്ടുകെട്ടൂ' എന്നവിധം മുറവിളി കൂട്ടുന്ന പശുക്കളുടെ കരച്ചിൽ കേൾക്കുന്നുണ്ടായിരുന്നു. '"വേഗം വീട്ടിലെത്തിക്കോളൂ ചേച്ചീ", പാൽക്കാരൻ വാസു മിൽമ ബൂത്ത് പൂട്ടി സൈക്കിളിൽ പാഞ്ഞുപോകും വഴി വിളിച്ചുപറഞ്ഞു.

ചെറിയവനെ ഒക്കത്തുകയറ്റി അവർ പാടശേഖരങ്ങളെ ലാക്കാക്കി ധൃതിയിൽ നടന്നു. ഒക്കത്തിരുന്ന് അവൻ ആവുംവിധം അവരെ പിച്ചുകയും മാന്തുകയും ഒക്കെ ചെയ്തു. പതിവുപോലെയുള്ള സാന്ത്വനങ്ങൾക്കും

പ്രലോപനങ്ങൾക്കും അവൻ അന്ന് കീഴടങ്ങാൻ തയ്യാറായിരുന്നില്ല. വേദനകൾ സഹിച്ചുകൊണ്ടുതന്നെ അവർ വേഗത്തിൽ നടന്നുകൊണ്ടിരുന്നു.

അകലെ ഇടിവെട്ടലിന്റെ ഇരമ്പലുകൾ കേട്ടുതുടങ്ങിയിരുന്നു. രണ്ടു മാസത്തെ കൊടുംവേനലിൽ വറ്റി വരണ്ടിരുന്ന വയലുകൾ ആ ഇരമ്പലുകളെ, മഴചാറ്റലിനെ വരവേൽക്കുന്ന വേഴാമ്പലിനെ പോലെ എതിരേറ്റു. കർണകഠോരമായ ഇടിവെട്ടുകൾ വയൽശേഖരങ്ങളിൽ ഒരിറ്റ് ജലത്തിനായി വെമ്പൽ കൊള്ളുന്ന തവളകൾക്കും നീർക്കോലികൾക്കും മറ്റനേകം ജീവികൾക്കും ശ്രവണസുന്ദരമായി അനുഭവപ്പെട്ടിരിക്കണം.

രാവിലത്തെ പൂജാകർമ്മങ്ങൾ കഴിഞ്ഞാൽ പിന്നെ വിജനമായിരുന്നു ശിവക്ഷേത്രം. നാലുവശവും കാടു പിടിച്ചു കിടന്നിരുന്നതിനാൽ അവിടം ഭയാനകമായി അനുഭവപ്പെട്ടിരുന്നു. രാത്രിയിൽ ചിലർ അനാശാസ്യപ്രവർത്തനങ്ങൾക്കായി ഉപയോഗിക്കുന്നതിനാലാവാം, പൊടിപ്പും തൊങ്ങലും വെച്ചുള്ള പ്രേതകഥകൾ പ്രചരിച്ചിരുന്നത്. വെള്ളയുടുത്തുള്ള ഒരു സ്ത്രീ രാത്രികാലങ്ങളിൽ വഴിയേ പോയിരുന്ന ചിലരോട് മുറുക്കാൻ ചുണ്ണാമ്പു ചോദിച്ചിട്ടുണ്ടത്രെ. സൗന്ദര്യം കണ്ട് അടുത്തു ചെല്ലുന്ന ആണുങ്ങളുടെ അടുക്കലേക്ക് വെറ്റിലയുള്ള കൈകൾ നീട്ടുമത്രെ. കൈകൾക്ക് രണ്ടുമീറ്ററോളം നീളം കണ്ട് ആളുകൾ മോഹാലസ്യപ്പെടുകയും അല്ലാത്തവർ ഓടി രക്ഷപ്പെടുകയും ചെയ്തിരുന്നുവത്രെ.

കൊയ്ത്ത് കഴിഞ്ഞതുകൊണ്ടാവാം വയലുകൾ പൊതുവെ വിജനമായിരുന്നു. തെക്കുപടിഞ്ഞാറായി സ്ഥിതി ചെയ്തിരുന്ന അട്ടക്കുളത്തിൽ നിന്നും അവസാനത്തെ അലക്കുകാരിയും തന്റെ ഭാണ്ഡവുമായി നടന്നകലുന്നുണ്ടായിരുന്നു. അകലെയുള്ള അറവുശാലയ്ക്കടുത്തു നിന്നും നായ്ക്കളുടെ ഓരിയിടൽ പതിവിനു വിപരീതമായി കേൾക്കുന്നുണ്ടായിരുന്നു. ക്ഷേത്രത്തെ ചുറ്റി, അവർ ആ രണ്ടു കിടാങ്ങളുമായി വരമ്പുകൾ താണ്ടാൻ തുടങ്ങുന്നേ ഉണ്ടായിരുന്നുള്ളൂ.

''കൊച്ചുമോനെ ഞാൻ എടുത്തോളാം, ഇങ്ങ് തന്നേക്കൂ.'' അപരിചിതമായ ഒരു സ്ത്രീ ശബ്ദം കേട്ട് അവർ തെല്ലൊരു അമ്പരപ്പോടെ നിന്നു.

'ആരായിരിക്കും അത്?' ഒക്കത്തിരിക്കുന്ന കുട്ടി കാരണം പെട്ടെന്ന് തിരിഞ്ഞു നോക്കാൻ ബുദ്ധിമുട്ടുണ്ടായിരുന്ന അവർ ആത്മഗതം പറഞ്ഞു. പ്രായത്തിൽ കൂടുതൽ ഇരുത്തം വന്നിരുന്ന മൂത്തകുട്ടിയുടെ മുഖത്ത് പരന്നിരുന്ന പരിഭ്രമം അവരിൽ കൂടുതൽ ഉത്കണ്ഠ ഉളവാക്കി. വളരെ പ്രയാസപ്പെട്ട് മെല്ലെ തിരിഞ്ഞു നോക്കിയ അവർ ചെറുതായി ഒന്നു ഞെട്ടിപ്പോയി.

ഒരു സ്ത്രീക്ക് യോജിക്കാത്ത വിധത്തിലുള്ള ശരീരഘടന. തീക്ഷ്ണ മായ ചോരക്കണ്ണുകൾ. കൺമഷിയിട്ടപ്പോൾ കണ്ണു കലങ്ങിയതു പോലെ. വിതുമ്പാൻ കൊതിക്കുന്നപോലുള്ള ചുണ്ടുകൾ. തൂവെള്ള സാരിയിൽ ഒരു കലപോലും കാണാൻ ഉണ്ടായിരുന്നില്ല. ശരീരത്തെ ആകമാനം മൂടിയിരുന്ന സാരിക്കുള്ളിൽ ബ്ലൗസിട്ടിട്ടുണ്ടോ എന്ന് ആർക്കും സംശയം തോന്നാം. താഴേക്ക് ഊർന്ന് കിടന്നിരുന്ന വസ്ത്രം കാരണം പാദങ്ങൾ ദൃശ്യമായിരുന്നില്ല. തലയിൽ ചൂടിയിരുന്ന പാരിജാതപ്പൂവി ന്റെതാണെന്ന് തോന്നുന്നു, വശ്യമായ ഒരു ഗന്ധം അവിടെ പരന്നിരുന്നു.

സ്വതവേ ധൈര്യം കൈവെടിയാത്ത അവർക്ക് അപ്പോഴേന്തോ ഒരു പന്തികേട് തോന്നി. 'ഇന്നാട്ടിലെ അറിയപ്പെടുന്ന കമ്യൂണിസ്റ്റ് നേതാ വിന്റെ ഭാര്യയാണ് താൻ. ഇല്ല, ഞാൻ ഭയപ്പെടുന്ന പ്രശ്നമേയില്ല.' അവർ പോയ ആത്മധൈര്യം വീണ്ടെടുത്തു.

''ഇവിടെ ഇതിന് മുമ്പു കണ്ടിട്ടില്ലല്ലോ, നിങ്ങൾ ആരാണ്?'' പ്രതീക്ഷി ക്കാത്ത വിധത്തിൽ തന്റേടം കാണിച്ചുള്ള ആ ചോദ്യം ശ്വേതവസ്ത്ര ധാരിണിയെ തെല്ലൊന്നു ഞെട്ടിച്ചു.

''ഞാൻ ഈ അമ്പലത്തിന് കിഴക്കാണ് താമസം.'' ഞെട്ടൽ പുറത്തു കാണിക്കാതെ അവൾ പറഞ്ഞു.

''ഇല്ല. അമ്പലത്തിന് കിഴക്ക് ഇങ്ങനെ ഒരാൾ താമസമില്ല.''

കഴിഞ്ഞ പഞ്ചായത്ത് തിരഞ്ഞെടുപ്പിൽ ആ വാർഡിൽ നിന്നു മത്സരി ച്ചിരുന്ന അവർക്ക് അത് നിശ്ചയമായിരുന്നു. ''സത്യം പറയു, നീയാ രാണ്?'' അവർ സ്വരം കടുപ്പിച്ചു. തികച്ചും അപ്രതീക്ഷിതമായിരുന്നു അപ്പോൾ അവളുടെ പ്രതികരണം.

സുമാർ രണ്ടു മീറ്റർ ദൂരത്തുനിന്നും അവളുടെ കൈകൾ നീണ്ടു വന്നു. കുട്ടിയെ റാഞ്ചുകയായിരുന്നു പ്രത്യക്ഷമായ ഉദ്ദേശ്യം. കുതറി ദൂരേക്ക് മാറിയ അവർ മൂത്തവനെ സഹായത്തിനായി നോക്കി. പക്ഷേ അവൻ അവിടെ ഉണ്ടായിരുന്നില്ല. ഒരു ചങ്കിടിപ്പോടെ തിരിഞ്ഞ അ വരുടെ കൈകളിൽ നിന്നും കുട്ടിയെ ആ സത്വം റാഞ്ചിയെടുത്തിരുന്നു. വല്ല്യമ്മേ എന്നു വിളിച്ച് കരഞ്ഞിരുന്ന അവനെയും ഏന്തി അവൾ ഒരു കാറ്റിനെപ്പോലെ ധൃതഗതിയിൽ അകന്നുതുടങ്ങിയിരുന്നു. അപ്പോഴാണ് അത് സംഭവിച്ചത്.

മിന്നൽ പോലെ വന്ന ഒരു ജാവ ബൈക്കിന്റെ ഇരമ്പലും അതിൽ നിന്നും ചാടിയിറങ്ങി ഒരു പുലിയെ പോലെ അയാൾ ഞൊടിയിടയിൽ ത്തന്നെ അവളെ കീഴ്പ്പെടുത്തി. പ്രഥമദൃഷ്ട്യാ തന്നെ ഒരു കളരി വിദഗ്ദ്ധനാണെന്ന് ഉറപ്പിക്കാവുന്ന മെയ്പാടവം. ആറര അടിയിൽ കൂടുതൽ ഉയരവും അതിനൊത്ത ശരീരവും. ഇറച്ചിവെട്ടുകാരൻ നാസർ തന്റെ

വീഴാൻ പോകുന്ന ബൈക്കിൽ നിന്നും ഒരു പൂച്ചക്കുട്ടിയെ പോലെയാണ് മൂത്തകുട്ടിയെ താഴെയിറക്കി വെച്ചത്. അതിനുശേഷം ഒരു വ്യാഘ്രത്തെ പോലെ തിരിഞ്ഞുള്ള ആക്രമണവും.

കുറച്ചു കഴിഞ്ഞ് അവിടെയെത്തിച്ചേർന്ന പൊലീസുകാർക്ക് അതിശയമായിരുന്നു. വിയ്യൂർ ജയിലിൽ നിന്നും തടവുചാടിയ കുപ്രസിദ്ധ കുറ്റവാളിയായ ശരവണൻ. ആൾമാറാട്ടത്തിന് പേരെടുത്തവൻ. സ്വർണ്ണക്കടയിൽ കല്യാണപ്പെണ്ണായി ചെന്ന് സ്വർണ്ണം തട്ടിയവൻ. കൈകളിൽ കൃത്രിമ കൈകൾ കെട്ടിവച്ച് പ്രേതമായി അഭിനയിച്ച്, പേടിച്ച് വീഴുന്നവരിൽ നിന്നും പണവും മാലയും അപഹരിക്കുന്നവൻ. പൊലീസുകാർക്ക് നാസർ അന്നൊരു താരമായിരുന്നു. നാട്ടുകാർക്കും.

അന്ന് മഴ തകൃതിയായിതന്നെ പെയ്തിറങ്ങി. പുതുമഴയുടെ ഗന്ധത്താൽ ആ വീടാകെ മുഖരിതമായി. സന്ധ്യയ്ക്ക് പുറത്തുവച്ചിരുന്ന പുകവിളക്കിന് ചുറ്റും ഈയാംപാറ്റകൾ ചത്തൊടുങ്ങി. വല്യമ്മയുണ്ടാക്കിയ വിഖ്യാതമായ അവിയലും കൂട്ടി രണ്ട് മക്കളും മൃഷ്ടാന്നം അത്താഴം ഉണ്ടു. അമ്മൂമ്മയായ കല്യാണിക്കുട്ടിയമ്മയുടെ കിഷ്കിന്ധാകാണ്ഡം കേട്ടിട്ടും കുട്ടികൾ ഉറങ്ങുന്നില്ല. നാളെ രാവിലെ ക്ഷേത്രത്തിൽ പോകുവാൻ നേരത്തെ എഴുന്നേൽക്കണം.

"ദേ, മാന്തുക്കാൻ വരാറായി, പെട്ടെന്നുറങ്ങിക്കോളൂ." കല്യാണിക്കുട്ടിയമ്മ പറഞ്ഞതു കേട്ട് കണ്ണിറുക്കിയടച്ച പേടിതൊണ്ടൻ അനുജനെ കണ്ട്, മൂത്തവൻ അമ്മൂമ്മയെ നോക്കി പല്ലിളിച്ചു.

കള്ളനും എഞ്ചിനീയറും

രാവിലെ അഞ്ചുമണിക്കുള്ള കൂട്ടമണി മുഴങ്ങി. വിയ്യൂർ ജയിലാണ് ആ പ്രദേശത്തുകാരെ വിളിച്ചുണർത്തുന്നത്. കുറച്ചടുത്തുള്ള അയ്യപ്പ ക്ഷേത്രം എന്നും അരമണിക്കൂർ പിന്നിലായിരുന്നു. അഞ്ചരയോടെ പ്രഭാതപൂജകൾ തുടങ്ങുന്നതിനോടനുബന്ധിച്ചുള്ള ദീപാരാധനയുടെ മണിമുഴക്കങ്ങൾ കേൾക്കുമ്പോഴേക്ക് ജയിലിലെ അന്തേവാസികൾ പ്രാതലിനുള്ള നീണ്ട വരിയിൽ സ്ഥലം പിടിക്കുന്ന തിരക്കിലാവും.

മണികണ്ഠൻ അന്നും ശരിക്കുറങ്ങിയില്ല. എല്ലാ രാത്രികളും പോലെ തന്നെ അന്നും തന്റെ ശരീരത്തെ താഴോട്ട് വലിക്കുന്ന മൂട്ടകളും മുക ളിലേക്ക് വലിക്കുന്ന കൊതുകുകളും തമ്മിലുള്ള വടംവലി മത്സരമാണ് കാണുവാൻ കഴിഞ്ഞത്. തടവുകാരന്റെ ഉറക്കത്തെയും ഉറക്കമില്ലായ്മ യെയുംകുറിച്ചൊക്കെ ആരോട് പരാതി പറയാൻ?

ആറുമണിയോടെ പണിക്കിറങ്ങണം, അതാണ് ജയിലറുടെ നിയമം. പള്ളിമൂല ജംഗ്ഷനിലെ കപ്പേളയിൽ നിന്നും കുന്തിരിക്കത്തിന്റെ സുഗന്ധം കാറ്റിലൂടെ ഓടിയെത്തി.

''ഇന്നാർക്കാണാവോ പരീക്ഷ? എൻജിനീയറിങ്ങ്ങ് കോളേജുകാർക്ക് തന്നെയാവും.'' മണികണ്ഠൻ ഉറപ്പിച്ചു.

ജയിൽ റോഡിന് തൊട്ട് എതിർവശമാണ് കേരളത്തിലെ വിഖ്യാ തവും പുരാതനവുമായ എൻജിനീയറിങ് കോളേജ്. വളരെയടുത്തു തന്നെ പ്രശസ്ത വനിതാകോളേജായ വിമലയും. കന്യാസ്ത്രീകളുടെ സ്ഥാപന മായ വിമലയിൽ പള്ളിയുണ്ട്, അതുകൊണ്ടുതന്നെ അവിടത്തെ കുട്ടി കൾക്ക് പള്ളിമൂലയിൽ വന്ന് കുന്തിരിക്കം കത്തിക്കേണ്ടി വരാറില്ല.

വിരോധാഭാസമായി തോന്നാമെങ്കിലും വഴിയുടെ ഒരുവശത്ത് എഞ്ചി നീയർമാരും മറ്റേ വശത്ത് കള്ളന്മാരും. അതിനിടയിലൂടെ നിരനിരയായി നടന്നുനീങ്ങുന്ന തരുണീമണികളും. എന്നും രാവിലെയുള്ള കാഴ്ച യാണിത്. 'എടാ കള്ളാ' കൈക്കോട്ട് നീട്ടി വരമ്പുകൾ കീറുന്ന മണി കണ്ഠനെ ആ വിളി അന്നും അലസോരപ്പെടുത്തി. അതു കേട്ടിട്ടാവണം, തന്നെ നോക്കി ഒരുകൂട്ടം പെൺകുട്ടികൾ അമർത്തിച്ചിരിക്കുന്ന ശബ്ദം.

പളുങ്കുപാത്രം വീണുടയും പോലുള്ള അവറ്റകളുടെ ചിരി കേൾക്കാൻ എന്തായാലും രസമായിരുന്നു.

‘‘സമൂഹം എഴുതിത്തള്ളിയ തന്നെപ്പോലുള്ളവർക്ക് എന്ത് അഭിമാനക്ഷതം?’’ പരിഹാസം വകവയ്ക്കാതെ മണികണ്ഠൻ പണി തുടർന്നു.

രാമദാസൻ അന്ന് നേരത്തേ എഴുന്നേറ്റു. കുമിഞ്ഞു കൂടുന്ന സപ്ലികളും ക്രിട്ടികളും. മെസ്സ് ഫീ അടക്കാൻ അമ്മയുടെ വിധവ പെൻഷൻ മതിയാവുന്നില്ല. ആദ്യ രണ്ടു സെമസ്റ്ററുകൾ ഉഴപ്പിയതിന്റെ പരിണത ഫലങ്ങളാണ് രണ്ടാം തവണ എഴുതേണ്ടിവരുന്ന സപ്ലികളും മൂന്നാമതോ അതിലധികമോ തവണ എഴുതേണ്ടി വരുന്ന ക്രിട്ടികളും. എങ്ങനെ പഠിത്തം മുഴുമിക്കും എന്ന ചിന്ത സ്വതവേ വിഷാദരോഗിയായ അവനെ കൂടുതൽ അലട്ടിക്കൊണ്ടിരുന്നു.

വിഷാദരോഗികൾ ദുഃഖം മറക്കാൻ ചെയ്യുന്ന ഒരു ക്രൂരവിനോദമാണ് ബുള്ളിയിങ്ങ്. എളുപ്പം വഴങ്ങിത്തരുന്ന അബലരായവരെ ആണ് ഇക്കൂട്ടർ നോട്ടമിടുക. അതല്ലെങ്കിൽ, തന്നെ തിരിച്ച് ആക്രമിക്കാൻ തക്ക ദൂരത്തിലല്ലാത്ത ഹതഭാഗ്യരെ ആയിരിക്കും ഇവർ കരുക്കളാക്കുക. തന്റെ ഇരകൾ അനുഭവിക്കുന്ന വേദന നേരിൽ കണ്ട് സായൂജ്യം അടയുന്നവർ. തന്റെ വേദന മറക്കുവാൻ മറ്റുള്ളവരെ കുത്തിനോവിക്കുന്നവർ.

നിരത്തിൽ കൂടി പോകുന്ന പെൺകുട്ടികളെ ആണ് അവൻ ആദ്യം അസഭ്യം പറഞ്ഞിരുന്നത്. ഹോസ്റ്റൽ കെട്ടിടത്തിന്റെ മേൽനിരയിൽ നിന്നും ചില കൂട്ടുക്കാർക്കൊപ്പം നിന്നുകൊണ്ടു വർഷിച്ചിരുന്ന നികൃഷ്ട പദങ്ങൾ. ബുള്ളിയിങ്ങ് ഒരു മദ്യാസക്തി പോലെയാണ്. രണ്ട് ലാർജ്ജ് കഴിച്ചിരുന്നവന് പിന്നീട് അത് മതിയാവാതെ മൂന്ന് കഴിക്കേണ്ടിവരുന്ന അവസ്ഥ. പെൺകുട്ടികൾക്ക് അത് ഏശുന്നില്ല എന്ന് വന്നപ്പോൾ അവൻ അതിനപ്പുറം വയലിൽ ജോലി ചെയ്തിരുന്ന തടവുക്കാർക്കെതിരെ തിരിഞ്ഞു.

ഷൊർണൂർ നിന്നും പാലക്കാട്ടേക്ക് നിത്യേനയെന്നോണം ട്രെയിനിൽ കയറിയതാണ് മണികണ്ഠൻ. ഒരു സ്വകാര്യ ബാങ്കിൽ കരാർ ഉദ്യോഗസ്ഥനായിരുന്ന അയാൾ അന്ന് കയറിയത് ജനറൽ കംപാർട്ട്മെന്റിൽ ആയിരുന്നു. സാധാരണ കേറാറുള്ള സീസൺ ടിക്കറ്റുക്കാരുടെ കംപാർട്ട്മെന്റ് അന്ന് കടന്നുപോയിരുന്നു. നേരം വൈകിവന്ന അയാൾ അവസാന കോച്ചിൽ ചാടിക്കേറുകയായിരുന്നു.

വിജനമായ കോച്ചിൽ, വിരലിൽ എണ്ണാൻ ഉള്ള ആളുകൾ മാത്രം. മേടമാസത്തിലെ പാലക്കാടൻ ചൂട് രാത്രിയായിട്ടും ശമിച്ചിട്ടില്ലായിരുന്നു. കാറ്റുകൊള്ളുവാൻ അയാൾ വാതിൽക്കൽ വന്നു നിന്നു. അകലെ സഹ്യന്റെ തലയെടുപ്പ്, മേഘാവൃതമായിരുന്ന ആ പൗർണമി രാവിൽ ഒരു നിഴൽ പോലെ മിന്നിമറഞ്ഞിരുന്നു.

ടോയ്‌ലെറ്റിനുള്ളിൽ ചെറിയൊരു പിടിവലിശബ്ദം അപ്പോഴാണ് അയാളുടെ ശ്രദ്ധയിൽ പെട്ടത്. ട്രെയിനിന്റെ കടകട ബഹളത്തിനിടയിൽ വളരെ നേർത്ത രീതിയിലാണ് അത് കേട്ടിരുന്നത്. എന്തോ പന്തികേട്

തോന്നിയ അയാൾ രണ്ട് മൂന്നു തവണ വാതിൽക്കൽ ഇടിച്ചു നോക്കി. ഉള്ളിൽ നിന്നും ആർക്കോ ശ്വാസം മുട്ടുന്നതുപോലുള്ള ഒരു അമർച്ച കേട്ടു. പിന്നീടൊന്നും ആലോചിക്കാതെ അയാൾ സകല ശക്തിയുമായി വാതിൽ ചവിട്ടി തുറന്നു.

ഒരു യുവതിയെ ശ്വാസം മുട്ടിച്ചു കൊല്ലാൻ ശ്രമിക്കുന്ന ഒരാൾ. കാഴ്ചയിൽ ഒരു തനി ഹിന്ദിക്കാരൻ. യുവതിയുടെ മൂക്കിൽ നിന്നും ചോരയൊലിക്കുന്നുണ്ടായിരുന്നു. നൊടിയിടയിൽ ഹിന്ദിക്കാരൻ കത്തി പുറത്തെടുത്തു. പിന്നെ ബീഹാറി ചുവയുള്ള ഹിന്ദിയിൽ പറഞ്ഞു, ''ബാഗ് ജാ സാലെ, നഹി ത്തോ ഡോനോം കോ ഉടാ ദൂങ്ക.'' (മാറിപ്പോടാ, അല്ലെങ്കിൽ രണ്ടിനെയും ഞാൻ കഴുത്തറുത്ത് കൊല്ലും.)

ഭീഷണി കാര്യമാക്കാതെ ധൈര്യപൂർവം മുന്നോട്ടാഞ്ഞു മണികണ്ഠൻ. പെട്ടെന്നായിരുന്നു അത് സംഭവിച്ചത്. അതിദാരുണമായി ത്തന്നെ ഹിന്ദിക്കാരൻ അവളുടെ കഴുത്തറത്തു. ഞെട്ടിത്തെറിച്ച മണികണ്ഠനെ ഉന്തിമാറ്റി, അയാൾ ഓടുന്ന വണ്ടിയിൽ നിന്നും ഇരുട്ടിലേക്ക് എടുത്ത് ചാടി. ബഹളം കേട്ട്, അവിടേക്ക് വന്ന മറ്റു യാത്രക്കാർ കണ്ടത്, ദേഹമാസകലം രക്തത്തിൽ കുളിച്ചു നിൽക്കുന്ന മണികണ്ഠനേയും ഉപേക്ഷിച്ച നിലയിലുള്ള ഒരു കത്തിയെയും ജീവനറ്റ നിലയിലുള്ള ഒരു സ്ത്രീശരീരത്തെയുമാണ്. അപ്പോഴേക്കും ആരൊക്കെയോ വണ്ടി നിറുത്തിപ്പിച്ചിരുന്നു.

യഥാർത്ഥ ഘാതകൻ വണ്ടിയിൽ നിന്നും ചാടിപ്പോയതാണെന്ന വാദം സ്വാഭാവികമായി തന്നെ ആരും കാര്യമായെടുത്തില്ല. അങ്ങനെ, ചെയ്യാത്ത അപരാധത്തിന് അയാൾ ജീവപര്യന്തം തടവിലായി.

കൊല്ലവർഷം 1997, തീയ്യതി ആഗസ്റ്റ് 15. രാജ്യം സ്വാതന്ത്ര്യത്തിന്റെ സുവർണജൂബിലി ആഘോഷിക്കുന്നു. പത്തുവർഷം തികച്ച മര്യാദക്കാരായ തടവുകാർക്ക് ശിക്ഷയിളവ് പരിഗണിച്ച കൂട്ടത്തിൽ മണികണ്ഠനും നറുക്കു വീണു. നറുക്കു വീണതൊന്നുമല്ല, മണികണ്ഠൻ കുറ്റക്കാരനല്ല എന്ന് വിവേചനബുദ്ധിയുള്ള ജയിലർക്ക് ഉത്തമബോദ്ധ്യം വന്നതുകൊണ്ടാണ് അയാൾ മുമ്പേ തന്നെ ഈയൊരു ശുപാർശ അധികാരികൾക്ക് നല്കിയത്. അവസരം ലഭിച്ചപ്പോൾ അധികാരികൾ സമ്മതം മൂളിയെന്നു മാത്രം.

രാമദാസന്റെ ലീലാവിലാസങ്ങൾ നാൾക്കുനാൾ കൂടികൊണ്ടിരുന്നു. പള്ളിമൂല കവലയിലുള്ള മിൽമ ബൂത്തായിരുന്നു പുതിയ അരങ്ങ്. കുറച്ചു തെറിച്ച കൂട്ടുകാരും ഒരല്പം കഞ്ചാവും അവന് ഒരു പുത്തൻ ധൈര്യം പകർന്നു. വിമല വിട്ടു തകൃതിയായി വിയ്യൂർ ജംഗ്ഷനിലേക്ക് നടന്നു പോകുന്ന കുട്ടികൾ. സ്ഥിരം ശല്യം ചെയ്യുന്നവരെ ഒഴിവാക്കാനായിട്ടാവണം കവലയിൽ എത്തുമ്പോൾ നടത്തത്തിന്റെ വേഗത അവർ കൂട്ടുന്നത്.

''കുടിക്കാൻ കുറച്ചു പാല് തരാമോ?'' വ്യംഗ്യാർത്ഥം വച്ചുള്ള ആ പദപ്രയോഗം കേട്ട് കൂട്ടത്തിൽ ചങ്കൂറ്റമുണ്ടായിരുന്ന ഒരു വിദ്യാർത്ഥിനി

തന്റെ കുട അവന്റെ മേലേക്ക് വലിച്ചെറിഞ്ഞു. ലഹരിയുടെ ശക്തിയിൽ പെട്ടെന്ന് ക്ഷുഭിതനായ അവൻ, തിളയ്ക്കുന്ന ചായച്ചെമ്പിൽ നിന്നും ഒരു കപ്പ് മുക്കി അവളുടെ മേൽ എറിയാൻ തുടങ്ങുകയായിരുന്നു.

കൈക്കോട്ട് പിടിച്ച് തഴമ്പിച്ച, ബലിഷ്ഠമായ കൈകൾ തുരുതുര യെന്ന് അവന്റെ ചെകിട്ടത്ത് നടുക്കുന്ന ശബ്ദത്തോടെ പതിച്ചു. അടി യുടെ ശബ്ദം കേട്ട് പരിസരത്തുള്ള ആളുകൾ നടുങ്ങി. പെട്ടെന്നുള്ള ഈ ആക്രമണത്തിൽ അവൻ ഒന്നടിപതറി. ശക്തനായ എതിരാളിയെ നേരിടാതെ ദുർബലനായ ഇരയെ ആക്രമിക്കുന്ന അവന്റെ ബുള്ളി യിങ്ങ് മാനസികാവസ്ഥ മറ നീക്കി പുറത്തു വന്നു.

ഒരു ഭ്രാന്തനെ പോലെ, കൈയിൽ കിട്ടിയ സോഡാക്കുപ്പിയുമായി, കുറച്ചകലേക്ക് ഓടിമാറിയിരുന്ന ആ പെൺകുട്ടിയുടെ നേരെ അവൻ കുതിച്ചു. പ്രതീക്ഷിക്കാതെയുള്ള ഈ പ്രതികരണം മണികണ്ഠനെ ഒരു നിമിഷത്തേക്ക് അമ്പരപ്പിച്ചു കളഞ്ഞു. ഓടിയകലാൻ ശ്രമിക്കുന്ന ആ വിദ്യാർത്ഥിനിയുടെ അടുക്കൽ, തലയിൽ ഓങ്ങിയടിക്കാൻ പരുവ ത്തിലുള്ള സോഡാകുപ്പിയുമായി അവൻ എത്തിക്കഴിഞ്ഞിരുന്നു. ഏതു നിമിഷവും അത് സംഭവിക്കാം. ആളുകളുടെയും കൂട്ടത്തിലുള്ള മറ്റ് കുട്ടികളുടെയും നിലവിളികളുയർന്നു.

ആഞ്ഞടിക്കാൻ കൈയോങ്ങിയ അവൻ പക്ഷേ ഒരു ദീനരോദന ത്തോടെ നിലംപതിക്കുകയാണ് ചെയ്തത്. കഴുത്തിൽ ആഞ്ഞിറങ്ങിയ കത്തിയിൽ നിന്ന് രക്തം ധാരധാരയായി ഒഴുകിവന്നു. ഞെട്ടിത്തരിച്ചു നിന്ന ആ പെൺകുട്ടിയുടെ കാൽച്ചുവട്ടിൽ കിടന്ന് അവൻ പിടഞ്ഞു മരിച്ചു.

പത്തുവർഷത്തെ ജയിൽ ജീവിതം അവസാനിപ്പിച്ച് ആഗസ്റ്റ് പതി നഞ്ചാം തീയതി തന്നെ പുറത്തിറങ്ങിയതായിരുന്നു മണികണ്ഠൻ. പത്തുവർഷം കൊണ്ട് സുഹൃത്ത് പോലെയായി തീർന്നിരുന്ന ഒരു പൊലീസുകാരൻ, അന്നേക്ക് രാത്രി വീട്ടിൽ തങ്ങിയിട്ട് പിറ്റേന്ന് പോകാ മെന്ന് പറഞ്ഞപ്പോൾ ആദ്യം അയാൾ ആ ക്ഷണം നിരാകരിച്ചതാണ്. പക്ഷേ, നേരം സന്ധ്യയാവാറായിരുന്നു. ജയിൽവിമോചിതനാവുന്നതിന്റെ കടലാസുപ്രക്രിയകൾ അത്രയ്ക്ക് നീണ്ടതാണ്. സന്ധ്യയ്ക്ക് പുറപ്പെ ട്ടാൽ പാലക്കാട് എത്തുമ്പോഴേക്കും രാത്രിയാവും. ശേഖരപുരത്തേ ക്കുള്ള അവസാന ബസ്സും പൊയിക്കഴിഞ്ഞിരിക്കും. മനസ്സില്ലാമനസ്സോടെ അയാൾ രാത്രി അവിടെതന്നെ തങ്ങുവാൻ തീരുമാനിക്കുകയായിരുന്നു.

ഉച്ചയൂണിന് ശേഷം, ആതിഥേയരായ പൊലീസുകാരനോടും ഭാര്യ യോടും വിടചൊല്ലി കവലവരെ നടന്ന അയാൾ, നൂറുരൂപയ്ക്ക് ചില്ലറ ചോദിക്കുവാൻ കയറിയതാണ് ആ മിൽമ ബൂത്തിൽ.

അധികം വൈകാതെ സംഭവസ്ഥലത്ത് പൊലീസെത്തി. തന്നെ കൈയാമം വെക്കുമ്പോൾ സുഹൃത്ത് [illegible] ജീപ്പിൽ നിന്നിറങ്ങുന്നത് കണ്ട് മണികണ്ഠൻ ദൂരേയ്ക്ക് നോക്കി. മാനം കറുത്തിരുണ്ടിരുന്നു. ■

കവല

മുറിക്കുള്ളിലേക്ക് അരിച്ചിറങ്ങുന്ന സൂര്യവെളിച്ചം മുഖത്ത് വീണപ്പോഴാണ് പ്രഭാകരൻ ഉറക്കം ഉണർന്നത്. നൊടിയിടയിൽ ചാടിയെഴുന്നേറ്റ് അയാൾ പ്രഭാതകൃത്യങ്ങൾക്കോടി. സ്വതവേ പൂവങ്കോഴി കൂവുന്നതാണ് പുലരിക്കു മുമ്പേ. അന്നെന്തോ അത് കേട്ടില്ല.

കഴിഞ്ഞ കുറെ വർഷങ്ങളായുള്ള ശീലത്തിന് ഭംഗം വന്നതിലുപരി, പ്രഭാകരനെ ചൊടിപ്പിച്ചത് പാൽക്കാരൻ കവല വിട്ടിട്ടുണ്ടാകുമല്ലോ എന്ന ആധിയാണ്. കുറച്ച് ദൂരത്തു നിന്ന്, കൃത്യമായി പറഞ്ഞാൽ സുമാർ മൂന്ന് മൈൽ ദൂരയുള്ള തമിഴ്നാട് അതിർത്തിക്കപ്പുറത്ത് നിന്ന് വരുന്നതാണ് പാൽക്കാരൻ. കാലങ്ങൾക്ക് മുൻപ് തമിഴ്നാട്ടിൽ കുടിയേറിയ അനേകം മലയാളികളിൽ ഒരാൾ.

പാൽ ലഭിക്കാത്തതിനേക്കാളും പ്രഭാകരനെ വിഷമിപ്പിച്ചത് അന്നേയ്ക്ക് നഷ്ടമായ നാട്ടുവാർത്തകളും പൊടിപ്പും തൊങ്ങലും നിറഞ്ഞ കൊച്ചുവർത്തമാനങ്ങളും ആണ്. വെളുപ്പാൻകാലത്ത് ക്ഷീരകർഷകനെയും കാത്തു നിൽക്കാൻ ഒരുവിധം എല്ലാവരെയും പ്രചോദിപ്പിക്കുന്നത് ഈ കൊച്ചുവർത്തമാനങ്ങളാണ്.

കേരളത്തിന്റെ മതമൈത്രിയുടെ വിരലടയാളം പോലെയായിരുന്നു ആ കവല. കുന്നിൻപുറത്ത് തലയുയർത്തിപ്പിടിച്ച് നിസ്കാരപ്പള്ളിയും അതിനു കേവലം ആയിരം അടി മാറിയുള്ള പുരാതനമായ ആദിവാസി ക്ഷേത്രവും. രണ്ടുപേർക്കുമിടയിൽ സുല്ല് ചൊല്ലാനെന്ന പോലെ ബസ് സ്റ്റോപ്പിനരികിലുള്ള ഒരു ചെറിയ കപ്പേളയും.

ചൈനയുമായുള്ള യുദ്ധകഥകൾ വിളമ്പുന്ന മിലിറ്ററി ബഡായിക്കാരൻ എന്ന നിലയിൽ, പ്രഭാകരനെ കളിയാക്കുക എന്നത് മറ്റുള്ളവർക്ക് ഒരു ഹരമായിരുന്നു. ബാണൻ എന്നാണ് അവർ അയാൾക്ക് ഇട്ട് കൊടുത്തിരുന്ന അപരനാമം. ഒരു ചൈനീസ് ബറ്റാലിയനെ ഒറ്റയ്ക്ക് തുരത്തിയോടിച്ച കഥ ഒരു ആയിരം തവണയെങ്കിലും നാട്ടുകാർ കേട്ടുകാണും. അരുണാചൽ പ്രദേശിലെ ചൈനീസ് അതിർത്തിക്കരികിലുള്ള സർദാർജി ഭൂതത്തിനെ നേരിട്ട് കണ്ടിട്ടുള്ള കഥയാണ് മറ്റൊന്ന്.

ഇതൊക്കെയാണെങ്കിലും ഒരു ദിവസമെങ്കിലും രാവിലെ കാണാതിരുന്നാൽ പതിവുകാർക്ക് അതൊരാധിയാണ്. ഒറ്റത്തടിയായി താമസിക്കുന്ന പ്രഭാകരൻ അത്രയ്ക്ക് നിരുപദ്രവകാരിയും പരസഹായിയും ആയിരുന്നു. പട്ടാളക്കാർക്കുള്ള കുപ്പികളും ഒറ്റ മകൻ അമേരിക്കയിൽ നിന്നും കൊണ്ടുകൊടുക്കുന്ന സ്കോച്ചുകളും എല്ലാംതന്നെ അയാൾ അവർക്ക് വീതിച്ച് കൊടുക്കുമായിരുന്നു.

ഭാര്യ മരിച്ചതിനുശേഷം മദ്യപാനം നിർത്തി ദൈവചിന്തകളിൽ വ്യാപൃതനായ അയാൾക്ക് ആകെയുള്ള ഒരു വിനോദമായിരുന്നു ഈ ഒരുകൂട്ടം ആളുകളുമായുള്ള സംസർഗം. രാവിലെയുള്ള പാചകവും കുറച്ചു പച്ചക്കറിക്കൃഷിയും ഒഴിച്ചാൽ ഉമ്മറത്തിട്ടിരിക്കുന്ന ചാരുകസേരയിൽ ഒതുങ്ങിക്കൂടിയ ഒരു ജീവിതം. അതായിരുന്നു അയാൾ. അനുസരണയുള്ള ഒരു വീട്ടുപട്ടിയെപോലെ കസേരയ്ക്കരികെയുള്ള തുപ്പൽ കോളാമ്പിയും ഒരു കാവൽഭടനെപ്പോലെ അരികിൽ ചാരിയുള്ള ഊന്നുവടിയും ഇതുരണ്ടും അയാളെക്കുറിച്ചു ചിന്തിക്കുന്ന ഏതവർക്കും ആദ്യം തന്നെ ഓർമ്മ വരുമായിരുന്നു

പ്രഭാതകൃത്യങ്ങൾ ധൃതിയിൽ കഴിച്ച്, അയാൾ കോഴിക്കൂടിനരികിലേക്ക് ഓടുകയായിരുന്നു. തന്റെ ഇഷ്ടവിനോദമായ രാവിലത്തെ സംസർഗം നഷ്ടമായതിന്റെ ദേഷ്യം പൂവനോട് തീർക്കുകയായിരുന്നു ഉദ്ദേശ്യം. പക്ഷേ തകർന്നു കിടക്കുന്ന കോഴിക്കൂടിന്റെ കാഴ്ചയാണ് അയാളെ എതിരേറ്റത്. കോഴികളൊന്നിനേയും കാണുന്നുമുണ്ടായില്ല.

കുറുക്കൻ ശല്യം നല്ലപോലെയുള്ള സ്ഥലമായിരുന്നു അത്. ഒരഞ്ഞൂറ് വാരയകലെ നിബിഡമായ റിസേർവ് വനത്തിന്റെ അതിരുകൾ കാണാം. ആനകൾ കടന്നുവരാതെ വനപാലകർ ഒരുക്കിയ വിദ്യുച്ഛക്തി വമിക്കുന്ന കമ്പിവേലിയും അതിനപ്പുറം ആനകളെ തടുത്തുനിർത്തുവാനുള്ള ആനക്കയവും.

അടിച്ചുതളിക്കാരി സരസുവാണ് ആദ്യം അത് പറഞ്ഞത്. കുറച്ചുമാറി പള്ളി സെമിത്തേരിക്കരികിൽ അയൽപക്കത്തെ റഹീമിന്റെ പശു ചത്തു കിടക്കുന്നു. പാതി തിന്ന രീതിയിൽ ആയിരുന്നു ജഡം. ഒറ്റനോട്ടത്തിൽ അറിയാം ബലിഷ്ഠമായ പല്ലുകൾ ആഴത്തില്ലിറങ്ങിയ കഴുത്ത് കണ്ടാൽ. കൊന്നത് മാറ്റരുമല്ല, കഴിഞ്ഞയാഴ്ച തമിഴ്നാട്ടിൽ ഒരു മനുഷ്യനെ ഇതേ രീതിയിൽ കൊലപ്പെടുത്തിയ കടുവയാണ് ഇതും ചെയ്തത്.

അന്ന് കവലയിൽ മുഴുവനും ഇതു തന്നെയായിരുന്നു ചൂടുള്ള ചർച്ച. ചായക്കടക്കാരൻ സെയ്തുവിന് അന്ന് പിടിപ്പിന് കച്ചവടമായിരുന്നു. സുഖിയനും ബോണ്ടയും ദിൽകുഷും എന്നുവേണ്ട എല്ലാ പലഹാരങ്ങളും അലമാരിയിൽ നിന്നു അപ്രത്യക്ഷമായി. എല്ലാ ദിവസവും പുലിയെറങ്ങട്ടെ എന്നു സെയ്തു പ്രാർത്ഥിച്ചു കാണും.

ഹർത്താലും ഓണവും ബക്രീദും ക്രിസ്തുമസ്സും എല്ലാംതന്നെ മദ്യപിച്ച് ആഘോഷിക്കുന്ന മലയാളി, ഇതും ആഘോഷമാക്കി മാറ്റി.

ആഘോഷങ്ങൾക്ക് ആക്കം കൂടാനെന്നവണ്ണം അന്ന് വൈകീട്ട് തന്നെ പിറ്റേന്നക്കുള്ള ഹർത്താൽ ആഹ്വാനവും വന്നു. ആവശ്യത്തിനുള്ള മദ്യം സ്വരൂപിഗാനുള്ള നെട്ടോട്ടമാണ് പിന്നീട് കണ്ടത്.

പശുവിനെ നഷ്ടപ്പെട്ട മലയാളിയും മനുഷ്യനെ നഷ്ടപ്പെട്ട തമിഴനും ഒരേപോലെ തന്നെ പുലിയുടെ രക്തത്തിന് വേണ്ടി ദാഹിച്ചു. രണ്ട് സംസ്ഥാന സർക്കാരുകളും അവരുടെ വനപാലകരും പുലിക്ക് വേണ്ടി യുള്ള യത്നം തുടങ്ങി. അന്വേഷണം ഓരോ ദിവസം പിന്നിടുന്തോറും ജനങ്ങൾ പരിഭ്രാന്തരും ഒപ്പം അക്ഷമരും ആയി തുടങ്ങി. ജനകീയ പ്രക്ഷോഭങ്ങൾ വനപാലകർക്കും നിയമപാലകർക്കും ഒരു തലവേദന യായിത്തീർന്നു.

കവലയിൽ ജൗളിക്കട നടത്തുന്ന തോമാച്ചന്റെ പ്രധാന വിനോദമാണ് നാട്ടിലെ അനാശാസ്യങ്ങളുടെ കണക്ക് വെക്കുക. അക്കൂട്ടത്തിൽ ഗൾഫു കാരുടെ ഭാര്യമാരുടെ നിത്യസന്ദർശകരും പ്രധാന പണക്കാരുടെ വെപ്പാട്ടി മാരും യുവകമിതാക്കളും എല്ലാം ഉൾപ്പെടും. ഇതെല്ലാം കേൾക്കാൻ വരുന്ന ആളുകൾക്ക് സൂത്രത്തിൽ ജൗളി ഇനങ്ങൾ വിൽക്കുക എന്നത് തോമാച്ചന്റെ ഒരു കരവിരുത് തന്നെയായിരുന്നു. തന്റെ കഥകളിലെ ത്രസി പ്പിക്കുന്ന ഭാഗങ്ങൾ ഒരു അപസർപ്പകകഥയിലെ അന്ത്യരംഗം പോലെ കാത്തുസൂക്ഷിച്ച് അത് കേൾക്കണമെങ്കിൽ തുണി മേടിക്കുക എന്ന തരത്തിൽ കൊണ്ടെത്തിച്ച് തോമാച്ചൻ ധാരാളം പണം കൊയ്തു.

കോഴികളെ മക്കളെപ്പോലെ സ്നേഹിച്ചിരുന്ന പ്രഭാകരൻ, കോഴി കളെ നഷ്ടപ്പെട്ടതിൽ വിറളി പൂണ്ട്, ഊന്ന് വടി വെലിച്ചെറിഞ്ഞു, തന്റെ ചട്ടുകാൽ നീട്ടിവെലിച്ച് വീട്ടിലേക്ക് നടന്നു. പണ്ടെങ്ങോ ഇന്ത്യ നേപ്പാൾ അതിർത്തി കാക്കുമ്പോൾ, ഗൂർഖ നാഷണൽ ലിബറേഷൻ ഫ്രണ്ട് എന്ന സംഘടനക്കാരെന്ന് പറയുന്നു, അവർ നിക്ഷേപിച്ചിരുന്ന ലാന്റ് മൈനിൽ തട്ടിയ സൈന്യത്തിന്റെ വാഹനം പൊട്ടിച്ചിതറുകയും അതി നുള്ളിൽ ഉണ്ടായിരുന്ന ഒരു ഡസനിലധികം പട്ടാളക്കാർ തൽക്ഷണം മരിക്കുകയും ചെയ്തു. കേവലം രണ്ടുപേർ മാത്രമാണ് പരിക്കുകളോടെ യായാലും രക്ഷപ്പെട്ടത്. വലതുകാലിന്റെ പത്തി അടർന്നു പോയെങ്കിലും പ്രഭാകരൻ ജീവനോടെ രക്ഷപ്പെടുകയാണുണ്ടായത്. ആശുപത്രിയിൽ നിന്നും ഇറങ്ങിയ അന്ന് മുതൽ പെൻഷനിൽ പ്രവേശിച്ചതാണ്. അന്ന യാൾക്ക് ഒരു നാല്പതു വയസ്സു കാണും.

ഭാര്യയും മകനുമായി അന്ന് നാട്ടിൽ എത്തി പതിച്ചു കിട്ടിയ ഭൂമി യിൽ കൃഷി തുടങ്ങിയതാണ്. വയനാടിന്റെ സുന്ദരഭൂമിയിൽ കാപ്പിയും ഏലവും കുരുമുളകും പട്ടാളക്കാരന്റേയും ഭാര്യയുടെയും ചൊൽപ്പടിക്ക് നിന്നു. നന്നായി പഠിക്കുന്ന മകൻ സോഫ്റ്റ്‌വെയർ പഠിച്ച് അമേരിക്ക യിലേക്ക് കുടിയേറിയപ്പോൾ, ഭിന്നശേഷിക്കാരൻ ആയതിനു ശേഷം അയാൾ ആദ്യമായി സന്തോഷിച്ചു. പക്ഷേ അത അധികം നീണ്ടു നിന്നില്ല.

കാപ്പി പറിക്കുന്നതിന്നിടയിൽ സർപ്പക്കടിയേറ്റ് ഭാര്യ ദേവകി യാത്ര യായി. അമേരിക്കയുടെ സുഖലോലുപതയിൽ മുഴുകിക്കഴിഞ്ഞിരുന്ന മകൻ മരണക്രിയകൾ കഴിഞ്ഞു യാത്രയായി. അച്ഛൻ കൂടെ പോരുന്നോ എന്ന് അവന് ചോദിക്കണം എന്നുണ്ടായിരുന്നു. പക്ഷേ പരിഷ്കാരി യായ ഭാര്യയുടെ ഒറ്റ നോട്ടത്തിന് മുൻപിൽ അവൻ ചൂളിപ്പോയി.

ഒരു സട കുടഞ്ഞ സിംഹത്തിന്റേതുപോലെ പട്ടാളക്കാരന്റെ ശിഷ്ട ജീവിതം പിന്നേയും ബാക്കിയായി. രാവിലെയുള്ള ജനസംസർഗവും വലിച്ചു നീട്ടിയ പത്രവായനയും ക്ഷേത്രപ്രവർത്തനങ്ങളും പിന്നെ കോഴി കളുമായിരുന്നു ആ സാധുജീവിതത്തിൽ അവശേഷിച്ചിരുന്നത്. മാസ ത്തിലൊരിക്കൽ പെൻഷൻ കൊണ്ടുവരുന്ന പോസ്റ്റുമാനെയും ആഴ്ച യിലൊരിക്കൽ വരുന്ന മകന്റെ ഫോൺവിളിയെയും കാത്തു കിടക്കുന്ന ജീവിതം. പണ്ടുണ്ടായിരുന്ന കൃഷിയും കൃഷിയിടങ്ങളുമൊക്കെ വെറും സ്മരണകളായി തീർന്നിരുന്നു. പേരിന് കുറച്ചു പച്ചകൃഷി ബാക്കി വെച്ച് എല്ലാം തന്നെ അയാൾ വിറ്റിരുന്നു.

ദിവസവും മുറികൾ വൃത്തിയാക്കുവാൻ വരുന്ന സരസുവും വർഷ ത്തിൽ ഒരിക്കൽ വരുന്ന മകനുമൊഴിച്ചാൽ ആരും തന്നെ ആ വീടിന്റെ എല്ലാ മുറികളും കാണാറില്ല. മുറ്റത്തിട്ടിരിക്കുന്ന ചാരുകസേരയും അക ത്തുള്ള കട്ടിലും അടുക്കളയും മാത്രമായിരുന്നു അയാളുടെ വിഹാര കേന്ദ്രങ്ങൾ.

നാല് ദിവസമായിട്ടും അയാളെ കാണാത്തതിനാൽ പാൽക്കാരനാണ് ആദ്യം സംശയം ഉന്നയിച്ചത്. മകൻ വന്നിട്ട് എവിടെയെങ്കിലും പോയ താണോ എന്നായിരുന്നു അയാളുടെ സംശയം. മുറ്റത്തു മൂന്നു നാലു ദിവസമായിട്ടുള്ള പത്രങ്ങൾ കുമിഞ്ഞു കൂടിയിരിക്കുന്നു. അപ്പോഴാണ് സരസു ചുമ കൂടിയതിനാൽ കിടപ്പിലാണെന്നും അതായിരിക്കാം പത്ര ങ്ങൾ പുറത്തു കിടക്കുന്നത് എന്ന അഭിപ്രായം പച്ചക്കറിക്കാരൻ ദാമു പറഞ്ഞത്.

‘‘എന്നാൽ പിന്നെ പ്രഭാകരൻ എവിടെപ്പോയി? മകൻ വന്നിട്ടുണ്ടെ ങ്കിൽ അറിഞ്ഞേനേ നമ്മൾ.’’ എല്ലാ വർഷവും സ്കോച്ച് കുപ്പി ഏറ്റു വാങ്ങുന്ന വൈദ്യുതി ലൈൻമാൻ ആണ് അത് പറഞ്ഞത്. അടുത്ത് നിൽക്കുന്ന തെങ്ങ് കയറ്റക്കാരൻ വാസുവിനെ കൂടി ഉദ്ദേശിച്ചതാണ് അയാൾ. വാസു തല കുലുക്കുകയും ചെയ്തു.

നീട്ടിയുള്ള വിളികൾക്ക് ഉത്തരം കിട്ടാതെ വന്നപ്പോൾ നൊടിയിടയിൽ അടുത്തുള്ള പൊലീസ് സ്റ്റേഷനിൽ നിന്ന് ആളെ വരുത്തി. ആൾക്കൂട്ടം കണ്ടുനിൽക്കേ വാതിൽ വെട്ടിപ്പൊളിച്ച പൊലീസിന്റെയും ആളുകളു ടെയും മൂക്കുകൾ പൊത്തിക്കുന്ന ദുർഗന്ധമാണ് വീടിനുള്ളിൽ നിന്നും പുറത്തേക്ക് വമിച്ചത്. ഒപ്പം നാടിനെ നടുക്കുന്ന ഒരു ഗർജ്ജനവും. ■

വൃഷകേതു

എവിടേക്ക് പോകുന്നു എന്ന തന്റെ ചോദ്യത്തിന് അന്ന് അവന്റെ അമ്മ മറുപടി പറഞ്ഞില്ല, എന്നു തന്നെയല്ല, അവനെ ഒന്നുകൂടി ഓടി വന്ന് കെട്ടിപ്പുണരുകയാണ് ചെയ്തത്. കുറെ നാളായി അച്ഛനെയും സഹോദരന്മാരെയും കണ്ടിട്ട്. ഏതോ വലിയ യുദ്ധം നടക്കുകയാണെന്നും അതെല്ലാം ജയിച്ച് അവർ കുറേയേറെ സമ്മാനങ്ങളുമായി ഉടനെ വരുമെന്നും അവൻ ചോദിക്കുമ്പോൾ അമ്മ പറയുമായിരുന്നു. ഇന്നിതാ അമ്മയും പോകാനൊരുങ്ങുകയായിരുന്നു.

അധികം വൈകാതെ, ശുശ്രൂഷിക്കുവാൻ അമ്മ ഏല്പിച്ചിരുന്ന ദാസി, കാത്തുനിന്നിരുന്ന ഒരുകൂട്ടം ബ്രാഹ്മണരുടെ അടുക്കലേക്ക് അവനെ ഏൽപ്പിച്ചു. അവർ അവനെ വെള്ളയുടുപ്പിച്ച്, കുത്തിയൊഴുകുന്ന യമുനാനദിയുടെ തീരത്തേക്ക് നയിച്ചു. ശിശിരത്തിന്റെ തുടക്കമായിരുന്നു, സമയം സൂര്യാസ്തമനത്തിനോടടുക്കുന്നു. ജലസ്പർശത്തിൽ ആ ബാലന്റെ ശരീരം വിറച്ചു. ഒരുപക്ഷേ കാണാനിരിക്കുന്ന ഭയാനകദൃശ്യങ്ങൾക്ക് ശരീരം അവനറിയാതെ തന്നെ തയ്യാറെടുക്കുകയായിരുന്നോ?

ഈറനോടെ അവനെ അവർ നയിച്ചത് ഒരു പട്ടടയുടെ അടുത്തേക്കായിരുന്നു. കുറച്ചധികം ആളുകൾ അവിടെ തടിച്ചുകൂടിയിരുന്നു. എല്ലാം പരിചയമില്ലാത്ത ആളുകൾ. അങ്ങ് ദൂരെ ഒരു വെള്ളയുടുത്ത സ്ത്രീ നിർന്നിമേഷയായി ഇരുന്നിരുന്നു. അവർക്കു ചുറ്റും മറ്റു ചില സ്ത്രീകളും വ്യസനസമേതം കൂടിയിരുന്നിരുന്നു. അത് തന്റെ അമ്മയായിരുന്നോ? ആ കൊച്ചുമനസ്സിൽ സംശയം തോന്നാതിരുന്നില്ല.

പട്ടടയ്ക്കരുകിൽ എത്തിയതും അവൻ അതിനുള്ളിൽ വച്ചിരുന്ന ഒത്ത ശരീരവും അതിലുപരി ചിരപരിചിതമായ ആ സൂര്യതേജസ്സുള്ള ശിരസ്സും ശ്രദ്ധിച്ചു. വൈകുന്നേരങ്ങളിൽ ഓടിവരുന്ന തന്നെ വാരിയെടുത്ത് ചുംബിച്ചിരുന്ന ആ അച്ഛൻ ഈവിധം കിടക്കുന്നത് കണ്ട് അവന്റെ മനസ്സൊന്നു പിടഞ്ഞു. വിതുമ്പാനൊരുങ്ങുന്ന അവനെ തൊട്ടാശ്വസിപ്പിക്കുവാൻ അടുത്തു വന്ന ചെറുപ്പക്കാരനായ ബ്രാഹ്മണനെ വയോധികനായ മറ്റൊരു ബ്രാഹ്മണൻ തടുക്കുകയും ആംഗ്യഭാഷയിൽ ശാസിക്കുകയും ചെയ്തു.

പരുങ്ങി നിൽക്കുന്ന ആ കുട്ടിയെക്കൊണ്ട് പിതാവിന്റെ ചിതയ്ക്ക് തീകൊളുത്തിപ്പിച്ച് ബ്രാഹ്മണർ അവരുടെ കർത്തവ്യം നിർവഹിച്ചു. പ്രദക്ഷിണങ്ങൾ വെച്ച്, കുടമുടച്ച് നടന്നകന്ന ആ പിഞ്ചുബാലന്റെ ചെവിയിൽ, ചിതയിൽ നിന്നുയർന്നിരുന്ന, ഒരു സ്ത്രീയുടെ ജീവന്മരണ പോരാട്ടത്തിന്റെ രോദനം അലയടിച്ചു. ചതിയുടെ ചിതയിൽ എരിഞ്ഞടങ്ങുന്ന തന്റെ പുത്രനെയും ഒരു ജീവിതത്തിൽ ഉണ്ടായേക്കാവുന്ന ഏറ്റവും ദുർഭാഗ്യകരമായ അനുഭവം തിരിച്ചറിയാനാവാതെ നടന്നകലുന്ന എട്ടും പൊട്ടും തിരിയാത്ത തന്റെ പൗത്രനെയും കാണുവാനുള്ള ധൈര്യമില്ലാതെ, ആദിത്യൻ മേഘപാളികളുടെ ഇരുട്ടാകുന്ന കല്ലറയിൽ അന്നത്തെ യാത്ര അവസാനിപ്പിച്ചു.

ചിതയിൽ നിന്നുതിർന്ന ആ അലറിവിളിച്ചുള്ള കരച്ചിൽ അവന്റെ കാതുകളിൽ ജീവിതകാലം മുഴുവനും അവശേഷിച്ചു. പിറ്റേന്ന് രാവിലെ ദാസിമാരാണ് അവനെ ബലികർമ്മങ്ങൾക്കായി യമുനാതീരത്തേക്ക് കൂട്ടിക്കൊണ്ടുപോയത്. ഒരുവിധം അവർ പറഞ്ഞുതന്നതനുസരിച്ച് അവൻ ബലികർമ്മങ്ങൾ ചെയ്ത്, അരയൊപ്പം വെള്ളത്തിലിറങ്ങി. രണ്ടുകൈ വെള്ളയിലുമായി വെള്ളമെടുത്ത്, സൂര്യനെ നോക്കി ജലതർപ്പണം ചെയ്തു. അച്ഛന്റെ സ്വതസിദ്ധമായ സുസ്മേരവദനം മനസ്സിൽ ആലോചിച്ചുള്ള ആ ജലതർപ്പണവും കാണുവാനുള്ള ശേഷിയില്ലാതെ, സൂര്യൻ വീണ്ടും മേഘപാളികൾക്കിടയിൽ അഭയം പ്രാപിച്ചു.

സൂര്യന്റെ ഈ ഒളിച്ചുകളിയിൽ രോഷം പൂണ്ട് മുഖം തിരിച്ച ആ ബാലൻ കണ്ടത് തന്നെപ്പോലെ തന്നെ ബലികർമ്മങ്ങളുടെ ഭാഗമായി ജലതർപ്പണം നടത്തുന്ന മറ്റൊരാളെയാണ്. കാഴ്ചയിൽ തന്റെ താതനെ അനുസ്മരിപ്പിക്കുന്ന മുഖകാന്തിയും ആകാരപുഷ്ടിയും. പക്ഷേ തന്റെ പിതാവ് ഒരിക്കൽ പോലും ചെയ്തു കാണാത്ത ഒരു കാര്യം ഈ അപരിചിതനെ തികച്ചും വ്യത്യസ്തനാക്കി. അയാൾ കൊച്ചുകുട്ടിയെപോലെ വിതുമ്പിക്കരഞ്ഞുകൊണ്ടിരുന്നിരുന്നു. യോദ്ധാക്കൾ ഒരിക്കലും കരയരുത് എന്നാണ് അച്ഛൻ പഠിപ്പിച്ചിട്ടുള്ളത്. എന്നാൽ ഇയാൾ യോദ്ധാവല്ലെന്ന് പറയുക വയ്യ. അച്ഛനെപ്പോലെതന്നെ ലക്ഷണമൊത്ത ഇയാൾ എങ്ങനെ യോദ്ധാവല്ലാതെ വരും?

ഒടുവിൽ ധൈര്യം സംഭരിച്ച് അവൻ അയാളോട് ചോദിച്ചു, ''അങ്ങ് ആർക്ക് വേണ്ടിയാണ് ജലതർപ്പണം നടത്തുന്നത്, അതും ഇങ്ങനെ കരഞ്ഞുകൊണ്ട്?''

ആ കുരുന്ന് ചോദ്യത്തിന് മുന്നിൽ അയാൾ വീണ്ടും പൊട്ടിക്കരഞ്ഞുപോയി. തന്റെ ചോദ്യം അയാളെ വേദനിപ്പിച്ചു എന്നറിഞ്ഞ് അവൻ മനസ്സില്ലാമനസ്സോടെ തിരിഞ്ഞുകയറി. എന്നാൽ പിന്നിൽ നിന്നവനെ അയാൾ കെട്ടിപ്പുണരുകയായിരുന്നു. തന്റെ മൂത്ത ജ്യേഷ്ഠൻ നഷ്ടപ്പെട്ട ദുഃഖമാണ് തനിക്കെന്ന് അയാൾ പറഞ്ഞപ്പോൾ, സ്വന്തം അച്ഛൻ മരിച്ചിട്ടും താൻ കരഞ്ഞില്ലല്ലോ എന്ന് അവൻ അഭിമാനത്തോടെ പറഞ്ഞു. എന്നാൽ

ജ്യേഷ്ഠന്റെ മരണം തന്റെ കൈകൊണ്ട് സംഭവിച്ചതാണ് തന്നെ കരയിപ്പിക്കുന്നത് എന്ന് കേട്ട് അവൻ അയാളോട് സഹതപിച്ചു. സഹതപിച്ചതിന് പുറമെ അവൻ അയാളെ തിരിച്ചും ആലിംഗനം ചെയ്യുകയാണുണ്ടായത്.

ആലിംഗനബദ്ധരായി നിൽക്കുന്ന വേളയിലാണ് അയാൾ അത് പറഞ്ഞത്. തങ്ങൾ രണ്ടുപേരും ഒരേ ആൾക്ക് തന്നെയാണ് ജലതർപ്പണം നടത്തിയത് എന്ന സത്യം. അത് അവൻ ഉൾക്കൊള്ളുവാൻ ഒരു നിമിഷമെടുത്തു. അതുൾക്കൊണ്ട മാത്രയിൽ വെറുപ്പോടുകൂടി അവൻ അയാളെ തട്ടിമാറ്റി, അവജ്ഞയോടെ ഒരു നോട്ടം നോക്കിയതിന് ശേഷം, വീട്ടിലേക്ക് ഓടിമറഞ്ഞു.

അമ്മയെപ്പോലെ തന്നെ ലാളിച്ചിരുന്ന ദാസിയുടെ അരികിലാണ് അവൻ സാന്ത്വനത്തിനായി അഭയം പ്രാപിച്ചത്. അവളുടെ സാന്ത്വന വാക്കുകൾ അവനെ ഒട്ടൊക്കെ ശമിപ്പിച്ചു. അത് മനസ്സിലാക്കിയിട്ടെന്നോണം അവളവനെ അതിഥിഗൃഹത്തിൽ തങ്ങിയിരുന്ന ചിലരുടെ അടുക്കലേക്ക് ആനയിച്ചു.

ഒരമ്മൂമ്മയും വളരെയധികം ആകർഷണശക്തിയുള്ളതും സദാ പുഞ്ചിരിതൂകുന്ന വദനത്തോടുകൂടിയതുമായ ഒരപരിചിതനുമാണ് അവനെ അവിടെ വരവേറ്റത്. തലയിൽ മയിൽപ്പീലി ചൂടിയിരുന്ന ആ അപരിചിതന്റെ പുഞ്ചിരി കണ്ട മാത്രയിൽ അവന്റെ എല്ലാ ദുഃഖവും അലിഞ്ഞ് ഇല്ലാതായി. ആ മുഖകാന്തിയിൽ ഈ ലോകത്തിലുള്ള എല്ലാ സന്തോഷങ്ങളും നിറഞ്ഞുതുളുമ്പുന്നത് അവൻ ശ്രദ്ധിച്ചു. അദ്ദേഹത്തിന്റെ പുറകിൽ നിന്നും അപ്പോഴാണ് ആ അമ്മൂമ്മ അവന്റെ അരുകിൽ വരുകയും ഒരു ജന്മത്തിന്റെ മുഴുവനും കടം തീർക്കും പോലെ ചുംബനങ്ങളും മറ്റ് വാത്സല്യങ്ങളും കൊണ്ട് അവനെ വീർപ്പുമുട്ടിച്ചതും.

അധികം വൈകാതെ അമ്മൂമ്മയായ കുന്തിക്കും ശ്രീകൃഷ്ണനും അവരുടെ കൂടെ വന്നിരുന്ന കൃഷ്ണസഹോദരിയും അർജ്ജുനപത്നിയുമായ സുഭദ്രയ്ക്കുമൊപ്പം ആ ഹതഭാഗ്യനായ ബാലൻ യാത്രയായി. സ്വന്തം പുത്രനും യുദ്ധത്തിൽ വീരമൃത്യു വരിച്ചതുമായ അഭിമന്യുവിനെയായിരുന്നു സുഭദ്ര ആ ബാലനിൽ കണ്ടത്. സഹോദരിക്കും ചെറിയമ്മയായ കുന്തിക്കും ആ ബാലൻ നല്കിയിരുന്ന ആശ്വാസമായിരുന്നു അവനെ അത്രയ്ക്ക് പെട്ടെന്ന് വശീകരിച്ചെടുക്കുവാൻ ശ്രീകൃഷ്ണനെ പ്രലോഭിപ്പിച്ചത്. ഒന്നും കാണാതെ വാസുദേവൻ ഒന്നുംതന്നെ ചെയ്തിരുന്നില്ലല്ലോ.

തന്റെ അച്ഛന്റെ സഹോദരങ്ങളെന്ന് കുന്തി കാണിച്ചു കൊടുത്ത അഞ്ചുപേരിൽ ഒരാളെയൊഴിച്ച് എല്ലാവരെയും അവൻ സ്നേഹിച്ചു. പക്ഷേ ഒരാളെ മാത്രം കാണുന്ന മാത്രയിൽ അവന്റെ രക്തം തിളയ്ക്കുമായിരുന്നു. ദേവകിനന്ദനന്റെ അടുത്ത കടമ്പയായിരുന്നു അത്. ഒരമ്മയുടെ സ്നേഹം കൊതിച്ചിരുന്ന വൃഷകേതുവിന് അത് വാരിക്കോരിയാണ്

സുഭദ്ര നൽകിയത്. സുഭദ്രയുമായുള്ള ഈ ആത്മബന്ധത്തെ ഉപയോഗിച്ച് തന്നെ പാർത്ഥസാരഥി വൃഷകേതുവിനെയും അർജ്ജുനനെയും അടുപ്പിച്ചു. അതുതന്നെയല്ല, വീരരക്തം സിരകളിൽ ഒഴുകിയിരുന്ന വൃഷകേതുവിന്, തന്നെ ആയോധനവിദ്യ പഠിപ്പിക്കുവാൻ വെമ്പുന്ന അർജ്ജുനനെ അധികകാലം കണ്ടില്ലെന്ന് നടിക്കുവാനും സാധിച്ചില്ല എന്നതാണ് സത്യം.

നഷ്ടപ്പെട്ടുപോയ അഭിമന്യുവിനെ മാത്രമല്ല പാർത്ഥൻ അവനിൽ കണ്ടത്. തന്റെ കൈകൊണ്ട് മരിച്ച ജ്യേഷ്ഠനോടുള്ള പ്രായശ്ചിത്തമായും വിജയൻ വൃഷകേതുവിന്റെ വിദ്യാഭ്യാസത്തെ കണ്ടു. അതുകൊണ്ടു തന്നെ തനിക്കറിയാവുന്ന എല്ലാ വിദ്യകളും അയാൾ അവന് പകർന്നു കൊടുത്തു. അങ്ങനെ ബ്രഹ്മാസ്ത്രവും ചക്രവ്യൂഹം അകത്തുനിന്നും പുറത്തുനിന്നും ഭേദിക്കുന്ന വിദ്യയും എന്നു വേണ്ട ഭൂലോകത്ത് താനാണ് ഏറ്റവും ശ്രേഷ്ഠനായ വില്ലാളി എന്നവന് ഉറപ്പിച്ച് പറയത്തക്കവണ്ണം അർജ്ജുനൻ അയാളുടെ ജ്യേഷ്ഠപുത്രനെ സജ്ജമാക്കി.

യുധിഷ്ഠരന്റെ അശ്വമേധവേളയിൽ, വൃഷകേതുവിന്റെ പരാക്രമങ്ങൾ കണ്ട്, അവൻ അർജ്ജുനനേക്കാൾ ശ്രേഷ്ഠനായ വില്ലാളിയാണ് എന്നഭിപ്രായം ലോകമൊട്ടും ഉടലെടുക്കുവാൻ ഇടയാവുകയുണ്ടായി. പക്ഷേ അശ്വമേധത്തിനായി ഗുരു അർജ്ജുനനുമായി വടക്കുകിഴക്ക് ദിശയിൽ പോകുന്ന വേളയിൽ ആണ് ആ അഭിപ്രായത്തിന് ഭംഗം സംഭവിച്ചത്. അർജ്ജുനന് ചിത്രാംഗതയിൽ ജനിച്ച ബഭ്രുവാഹനൻ എന്ന വില്ലാളിയുമായാണ് ഗുരുവും ശിഷ്യനും ഒരുമിച്ച് ഏറ്റുമുട്ടിയത്. ഭീഷ്മരുടെ സഹോദരങ്ങളായ വസുക്കളും അമ്മയായ ഗംഗാദേവിയും ബഭ്രുവാഹനനിലൂടെ അർജ്ജുനനെയും വൃഷകേതുവിനെയും വധിച്ചു.

അർജ്ജുനന്റെ മറ്റൊരു ഭാര്യയായ ഉലൂപി നാഗമാണിക്യം ഉപയോഗിച്ച് തന്റെ ഭർത്താവിനെ ജീവിപ്പിച്ചപ്പോൾ, ഭഗവാൻ കൃഷ്ണനാണ് വീണ്ടും ജീവൻ നൽകി വൃഷകേതുവിനെ രക്ഷിച്ചത്. സഹോദരി സുഭദ്രയ്ക്ക് വീണ്ടുമൊരു ഹൃദയഭേദം സംഭവിച്ചു കാണാൻ കേശവൻ ആഗ്രഹിച്ചിരുന്നില്ല എന്നുവേണം കരുതാൻ.

ജ്യേഷ്ഠകുന്തിപുത്രനായ കർണന്റെ പുത്രന് ഹസ്തിനപുരമോ ഇന്ദ്രപ്രസ്ഥമോ ലഭിക്കുമെന്ന് പ്രതീക്ഷച്ചവർക്ക് തെറ്റി. അതിനവകാശിയായത് അഭിമന്യുപുത്രനായ പരീക്ഷിത്താണ്. ദാനവീരന്റെ പുത്രന് ലഭിച്ചതോ, അച്ഛന്റെ ഉത്തമസുഹൃത്തായ സുയോധനൻ നല്കിയ അംഗരാജ്യം മാത്രം.

■